HẠT U MINH

HẠT U MINH

Tuyển tập truyện ngắn

Trần Kiêm Trinh Tiên

Trình bày bìa: Đinh Trường Giang

Phụ bản: Đinh Trường Giang
Tố Tâm Bùi, Đinh Cường, Hoàng Ngọc Biên

Dàn trang: Công Nguyễn

Nhà Xuất Bản NHÂN ẢNH
Ấn bản thứ nhất
Tháng 4 Năm 2025
tại Hoa Kỳ

ISBN: 9798348580292

TRẦN KIÊM TRINH TIÊN

HẠT U MINH

Tuyển tập truyện ngắn

NHÂN ẢNH
2025

MỤC LỤC

Nhẹ nhàng mà daydứt khôn cùng 9
Tựa: Trần Thùy Mai

*

1. Hạt U Minh 17

2. Nguyệt Cầm 31

3. Chim Vạc Con Ở Badghis 39

4. Dáng Xưa 49

5. Đoản Khúc Melaleuca 72

6. Chiều Rơi Trên Cây Ginkgo 83

7. Bản Giao Hưởng Câm 101

8. Trong Khu Vườn Chim Hót 121

Nhẹ nhàng mà day dứt khôn cùng

Với những ai học Quốc học- Đồng Khánh vào những năm 70, Trần Kiêm Trinh Tiên là cái tên rất quen thuộc. Dù có quen thân hay không, thì hình ảnh Tiên vẫn gây ấn tượng với nhiều người: một thiếu nữ khuê các, dễ thương và nhu mì, một trong vài mỹ nhân của trường Đồng Khánh, cho đến tận bây giờ vẫn còn in bóng sâu đậm trong ký ức ngưỡng vọng của nhiều chàng trai Huế ngày ấy.

Trinh Tiên có duyên với văn chương từ thời còn đi học. Năm 1974, truyện *"Sao núi"* của Tiên- được ký tên với bút danh Trần Thị Thái Khương- được chấm giải nhất của Báo Điện Tín trong cuộc thi *"Viết cho Việt Nam Hoà Hợp"*. Và bây giờ, tập truyện ngắn *“Hạt U Minh”* của Tiên ra đời, gồm những tác phẩm Tiên đã viết trong một thời gian dài, sau khi đã rời Huế và thiên di qua những vùng miền rất xa.

Tập truyện này chỉ gồm 8 truyện ngắn, nhưng ôm chứa trong lòng một thế giới rộng dài: những câu chuyện trong đó đã diễn ra trong khoảng thời gian hơn nửa thế kỷ, trong không gian trải rộng qua nhiều châu lục. Đó là những cuộc đời Việt tại Úc, Nhật, Pháp, Mỹ…Những câu chuyện khiến ta xúc động bùi ngùi, vì trong đó có rất nhiều hợp tan, mừng tủi và thương nhớ.

Tiên viết về những phận người, từ phía bên này, từ phía bên kia, da trắng, da vàng hay da nâu. Có nhân vật Timothy, người con trai Mỹ bị điều động đến Việt Nam, yêu một cô gái Huế rồi chết trên đất Huế trong một chiều mồng hai Tết định mệnh *(“Dáng xưa”)*. Có nhân vật Thiều bỏ phố lên rừng theo kháng chiến, rồi nằm lại mãi mãi nơi một khúc quanh của dòng sông Hương. Chỉ còn lại chút di vật và lời gửi gắm, mãi đến mười mấy năm sau mới tìm ra điểm đến tại một ngôi làng xa xôi nước Pháp *(“Nguyệt cầm”)*.

“Chiều rơi trên trên cây Ginkgo” là hai số phận trẻ thơ, một ở Nhật và một ở Việt. Sống

trong hai thời đại, hai đất nước khác nhau, nhưng cùng khao khát có mẹ, cùng khao khát được học chữ. Hai câu chuyện ngậm ngùi như hai cơn gió buốt giá, đóng lại với tiếng khóc của "thằng Côi" vào một ngày không còn trẻ: "Tiếng khóc, tiếng nấc khiến ai cũng lặng người, nghe thảm sầu, tức tưởi, như đã cất giấu cả trăm năm trong lòng núi."

"Đoản khúc Melaleuca", là chuyện về đôi vợ chồng trí thức Việt ở Sydney và bức tranh melaleuca mang tên "Nocturne". Melaleuca là một loài cây hoang dại có lớp vỏ lụa đủ sắc màu, được những lưu dân đầu tiên đến Úc vào thế kỷ XVIII dùng làm chất liệu cho một loại tranh nghệ thuật. "...giữa bạt ngàn rừng Melaleuca, theo chân người bản xứ, họ bắt đầu học làm tranh bark cho vơi bớt nỗi nhớ quê xa." Đôi vợ chồng Việt dồn sức làm tranh vỏ cây trong suốt mười năm, để dành dụm đủ tiền đưa các con từ Việt Nam sang đoàn tụ. Những bức tranh đã bán hết từ lâu, trừ một bức còn giữ mãi, bức tranh "Nocturne". Trong tranh có hai con chim nhỏ lạc cánh trong sóng gió, là hình ảnh nỗi đau không bao giờ nguôi về hai đứa con đã mất tích giữa biển khơi.

"Bản giao hưởng câm" là câu chuyện của thầy Sáu, người giúp lễ nhà thờ, mà cuộc đời đã trải qua hai lần dang dở. Lần đầu vì thời cuộc ở Việt Nam, thầy phải gác lại ý nguyện dâng cuộc đời cho Chúa; lần thứ hai khi đến Mỹ lại tan vỡ một gia đình hạnh phúc, bởi những giấc mơ nhỏ hiền hòa không tồn tại nổi trong cuộc sống mới đầy áp lực. Thầy trở lại nhà dòng với trái tim không bao giờ thôi khắc khoải: "Lạy Chúa, con biết sáng mai chim vẫn hót trên cành cao, hoa huệ vẫn nở trắng ngoài đồng, mà sao lòng con đôi khi vẫn chưa tìm thấy được sự bình an?"

Tất cả những phận người ngang trái ấy, vốn dĩ là kết quả của những biến động lịch sử dữ dội, lại được Trinh Tiên kể lại bằng một giọng nhẹ nhàng, rất nhẹ nhàng. Tiên kể, từ tốn, nhỏ nhẹ, khiến ta có cảm giác như đang nghe những giọt nước tí tách nhỏ xuống từ trong lòng đá xanh rêu. Không, thật ra Trinh Tiên không kể chuyện, không đưa người đọc theo một hành trình từ đầu đến cuối của từng tự sự. Câu chuyện thường bắt đầu từ một điểm bất kỳ; người đọc phải theo mạch cảm xúc của Tiên, trăn trở, ngược xuôi, lui tới trong dòng thời gian để tìm ra logic của câu chuyện. Hình như những số phận này đã trở thành di chỉ vùi sâu trong lòng đất, chỉ dần dần lộ ra từng phần, từ khi một nhát cuốc tình cờ chạm tới. Cũng như thao tác của nhà khảo cổ, Trinh Tiên phục dựng lại câu chuyện của dĩ vãng một cách tỉ mỉ, chậm rãi, gần như nâng niu từng chút một. Thế rồi, từ trong thế giới tâm cảm ấy, những cơn bão gầm thét nhất đã được gợi lên trên chính cái lặng lẽ buốt lòng của hoài niệm.

Âm hưởng của truyện, cũng vì vậy, tuy nhẹ nhàng mà day dứt khôn cùng. Day dứt, vì cái dữ dội của tình huống thường được nén lại rất sâu, chỉ hé lộ qua một khoảnh khắc cảm xúc nhói buốt nhất. Chuyện người đàn bà Việt bị hải tặc xâm hại trên thuyền vượt biển đã được kể rất nhiều, nhưng câu chuyện của Trinh Tiên gây ấn tượng với đặc tả về cảm giác của nạn nhân khi sóng biển vỗ tràn lên boong tàu, khiến cả cơ thể và linh hồn bị xát muối đến tận cùng buốt rát. *("Trong khu vườn chim hót")*. Day dứt, như hình ảnh cô bé bị bán làm vợ một lão già bảy mươi, mà chỗ làm ta nghẹn lòng nhất không phải là tiếng khóc tấm tức của cô dâu chín tuổi, mà là câu hỏi thơ ngây của cậu bé Samad: "Mày thích làm cô giáo như cô Asmaan. Bao giờ mày về lại?" *("Chim vạc con ở Badghis")*.

Với tập truyện này, Tiên không chủ tâm viết về Huế, nhưng Huế vẫn bàng bạc trên từng câu chữ. Đó là một xứ Huế mà theo Tiên, "nhỏ xíu và luôn cay như một chén rượu". Đó là Huế vào thập kỷ 70, một Huế nhỏ nhắn ngậm ngùi, diễm lệ trong tàn phai, đài các giữa phong trần. Huế, với những khu vườn có hàng chè tàu xanh lá quanh năm, nơi mà "cây trái nhiều đến nỗi chim se sẻ không bay qua lọt"; nơi có những cô gái hiền lành nhưng nghịch ngợm, thường trốn ra vườn hái khế với gói muối ớt giấu kỹ trong áo, bởi mẹ dặn con gái không được leo cây giữa trưa kẻo ma thu mất bóng. Huế, với hình ảnh những khuê phòng thiếu nữ, có chiếc áo dài lụa Hồng Hoa màu vàng trên móc áo, có đôi giày escarpin màu trắng bên gầm tủ. "Thuở ấy con gái Huế vẫn mặc áo dài lụa giữa mùa đông, khoác thêm áo len bên ngoài với khăn quàng cổ..." Cùng lúc, đó cũng là Huế phập phồng lo âu trong chiến tranh, với những đêm đại bác vọng về thành phố, lúc mẹ trải chiếu dưới gầm phản gọi đàn con xuống nằm, miệng không ngớt niệm Phật cầu mong phù hộ...

Tuyển tập truyện ngắn Hạt u minh là những câu chuyện của thời chiến và thời hậu chiến, được kể lại sau nửa thế kỷ, với cảm nhận từ trái tim mẫn cảm và nhân hậu của một phụ nữ

Việt. Nhiều thập kỷ đã qua, những chia lìa, mất mát đã qua, vết thương đã lành dù di chứng của chấn thương vẫn tiềm tàng đâu đó. Dẫu sao, thời gian đã cho đủ một độ lùi để mỗi người tự giải thoát mình ra khỏi những phẫn nộ, oán hờn; để đến hôm nay có thể nhìn về dĩ vãng với nỗi ngậm ngùi, để xót thương cho từng cá thể đã đến với cuộc đời này, từ những hạt u minh trong ba nghìn thế giới.

Đọc đến dòng cuối cùng của tập truyện, tôi tưởng chừng trước mắt hiện ra gương mặt của Trinh Tiên trên trang viết: một gương mặt thật hiền, với nụ cười dịu dàng và đôi mắt rưng rưng lệ.

San Francisco, 15/12/2024

Trần Thùy Mai

" Hạt u minh" - Đinh Trường Giang

HẠT U MINH

Lần thứ hai trong năm, lúc chùa sửa soạn cho vụ mùa, Sư bà trú trì lại cho tôi hai tuần nhập thất.

Khi nghe Sư cô Giáo Thọ báo tin, cổ họng tôi đắng khô. Bao giờ Nhà Dòng ở bên kia đồi cũng phái thầy Huyên kéo chiếc máy cày sang làm đất giúp Chùa vài hôm. Như thế là tiêu tan hy vọng được gặp lại thầy mùa này.

Tôi ngẩn ngơ đứng nhìn ra chiều đang vàng lắm ở trên đồi mà không thấy Sư cô Giáo Thọ quay đi, giấu tiếng thở dài.

Ngay từ hôm đầu tiên vào thất, tôi đã bắt gặp cái tâm tôi như “vượn chuyền cành”.

Chỉ một tiếng người lao xao bên ngoài cũng đủ làm cho con ngựa chứng bất kham trong tôi trổi dậy. Tôi nhớ thầy Huyên. Không biết từ mùa nào, khi thầy kéo chiếc máy cày về lại Nhà Dòng, lòng tôi cũng đi theo về bên ấy, đi theo về nơi có câu hát nghe sao mà thanh thản đến lạ lùng.

"... Sớm mai chim vẫn hót, hoa huệ trắng vẫn nở ngoài đồng... ngày mai để cho ngày mai lo, ngày mai để cho ngày mai lo". (*)

Trong xứ sở u trầm của tôi, tôi được dạy là việc tu hành phải gấp như "cứu lửa cháy trên đầu". Ôi, cái đầu bé nhỏ tội nghiệp của tôi, không sao thấu hiểu hết câu kinh cũng như câu hát! Tôi lại nhớ thầy Huyên. Thầy nào biết trong giờ tọa thiền, tôi trông chờ tiếng chuông leng keng thật vui tai từ bên Nhà Dòng của thầy vọng sang cũng như khi tôi đi thiền hành quanh bốn bức tường của căn phòng mà hồ như mình đang bước đi trên sóng.

"... Hành giả tìm tâm. Tâm nào? Tâm tham, tâm giận hay tâm si? Tâm quá khứ, tâm hiện tại hay tâm vị lai? ... Tâm ưa thích hình dáng như mắt con thiêu thân, ưa thích âm thanh như trống trận, ưa thích mùi hương như lợn thích rác bẩn, ưa thích vị ngon như người thích ăn thức ăn thừa, ưa thích xúc giác như con ruồi sa đĩa mật. Tìm tâm hoài mà không thấy tâm đâu..." (**)

Tôi quăng vụt cuốn kinh vào góc phòng.

Từ lâu rồi, trí huệ tôi ví như ngọn lá sen và bên trên ấy, kinh kệ, dù là giọt sương mai thuần khiết, cũng chỉ vuột trôi đi.

Cái tâm hiện tại của tôi có hai con "mắt của loài thiêu thân". Tôi quay quắt trong cái nhớ, nhớ một nhân dáng hiền lành, thanh khiết như một nhành huệ trắng… Tôi tự hỏi có bao giờ một ông thầy dòng biết yêu không?

Trong sâu thẳm của lòng, tôi nhận ra cái tâm cuồng si đang lững lững tiến tới. Nó có cái "khứu giác của loài lợn". Ôi cái tâm cuồng si tội nghiệp ấy đang mang đến cho tôi vị mặn đậm của mùi mồ hôi đàn ông sau một ngày lam lũ. Tôi là hạt giống của cõi nào mà cánh chim đã thả lạc nơi này?

Tôi chỉ muốn bật tung cánh cửa thiền phòng, chạy ra múa hát sau đồi cho hả hê rồi về quỳ sụp dưới chân Sư bà.

- Từ lâu, ta đã chờ đợi cái ngày hôm nay.

Sư bà phẩy nhẹ chiếc quạt giấy trong tay như để xua đi nỗi xúc động.

– Con hỏi ta về song thân của con?

Ta mong con hãy bình tâm lắng nghe.

Ngụm trà nguội vẫn chưa làm giọng bà hết run. Cái run của vị sư cô trẻ lần đầu tiên ôm trong tay đứa con mà O Lượm vừa đẻ rơi sau hiên Chùa.

Người sư cô trẻ ấy chính là bà và đứa trẻ ấy, hai mươi mấy năm nay vẫn là mối bận tâm của bà. Lớn lên, tâm nó hiền như lá non mà tính khí thì đôi khi không khác một cành gai nhọn. Trước ngày Sư bà Bổn Sư viên tịch, Người còn căn dặn bà hãy mang đứa bé theo vào trong Nam mà nuôi dạy, cho theo tu ở chùa do bà làm trụ trì. Duyên nào đẩy đưa nó lạc vào đây để rồi ai cũng muốn giữ gìn nó như một viên cuội trắng trong dòng suối khiết tịnh.

Thế nhưng bây giờ dưới trăng xanh, bà rờn rợn nhận ra ở đứa bé ánh mắt long lanh, rời rợi buồn của O Lượm. Bà không biết điều bà sắp nói ra có làm cho viên cuội trắng ấy chìm luôn trong u minh?

- Ta cho con về lại Huế. Con sẽ trông coi một ngôi chùa nhỏ ở Kim Long. Con sẽ nhận hương liệu về và học cách làm nhang. Điều ta muốn nói với con là hãy đi tìm mạ con về mà phụng dưỡng.

Nước mắt tôi chỉ chực trào…

***

"Ta đi lượm hạt vui
Đổi lấy hạt buồn
Về làm xâu chuỗi
Mai đi cưới chồng
Ha! Ha! Ha! Ha! "

O Lượm xoả tóc, chạy mải miết rồi múa hát trên đồi. Bao giờ cũng chỉ có bốn câu hát ấy, tiếp theo sau là những tràng cười.

Tiếng hát của O nghe rời rạc và buồn thảm trong gió cao như những cánh hoa ngọc lan có ai bứt xé rồi ném tung lên trời. O không thèm để ý đến bầy con nít cũng đang mải miết chạy theo sau lưng O, ném những trái thông khô vào chân O rồi cười nắc nẻ:

- Nì, O Lượm, lượm thêm mấy trái thông ni mà đi cưới chồng nì...

Tên "Lượm" của O có lẽ do từ câu hát.

Cả vùng Nam Giao ni ai mà không biết O Lượm có hai con mắt có đuôi. Cái đuôi mắt dài vừa buồn lại vừa tình. Suốt ngày O lang thang, múa hát rồi lâu lâu lại chửa hoang. Mỗi khi thấy O ì ạch đi lên dốc với cái bụng to vượt mặt, các bà lớn tuổi không khỏi rủa thầm

"Thiệt quân mô mà vô hậu…".

Thuở ấy chiến tranh lan đến tận vành đai của thành phố. Người ta lo làm hầm tránh đạn pháo kích, lo mua gạo, mua dầu hôi về dự trữ… nên cũng không còn ai buồn chú ý đến những lần sinh nở vất vưởng của O. Chỉ vắng đi một thời gian rồi lại thấy O xuất hiện, nước da tái xanh, gầy khô như chiếc khăn đã vắt kiệt nước. Người ta thầm cảm thương cho người đàn bà nhan sắc mà mất trí, không rõ từ đâu tới.

Và O Lượm là mẹ tôi. Mẹ tôi sinh tôi sau mái hiên chùa, một đêm tháng chạp rét căm. Tôi khóc yếu ớt trong tấm khăn nâu cũ của Sư Bà ủ ấm. Các sư cô khiêng mẹ tôi vào nhà trong, một cô khác chạy đi mời Cô Mụ đầu xóm.

Thế nhưng trưa hôm sau, chẳng còn ai thấy mẹ tôi đâu. Bẵng đi vài ngày, mẹ tôi lại trở về, tóc tai rũ rượi, tay cầm nắm xôi, xăm xăm đi tìm con rồi nhét nắm xôi vào cái miệng bé xíu của tôi. May có Sư cô Minh Tuệ vào trông thấy kịp. Từ đó mỗi lần mẹ về chùa, Sư cô phải xếp việc để trông chừng. Mẹ chỉ vào nhìn tôi một lúc rồi bỏ ra vườn.

Về sau tôi lớn lên trong một Viện cô nhi của Giáo hội và được trở về chùa năm lên tám. Trên bãi bờ hoang vu của trí nhớ, mẹ tôi là hình ảnh của ngôi sao khuya, xa mịt mù.

Có một lần khi giảng về chữ Nghiệp, Sư cô Thuần Hậu dẫn tôi đến bên gốc cây thị, chỉ cho tôi người đàn bà đang ngồi ủ rũ, hai cánh tay gầy gò đầy ghét bẩn ôm lấy đầu, mặt nhìn chăm xuống đất. Sư cô không giấu được tiếng thở dài:

- Nì, O Lượm ơi!

Tiếng "nì", tiếng "ơi" của Sư cô kéo dài như muốn lay động vùng trí nhớ âm u của O Lượm. Nhưng O chỉ cúi xuống lượm trái thị rụng, đưa lên soi trong nắng vàng, mơ màng nhìn quanh rồi cười.

Khi lớn lên, mỗi lần có ai nhắc đến chữ Nghiệp, tôi thường mường tượng đến O. Trí óc non dại của tôi ngày đó không sao hiểu được những uẩn khúc. Tôi vẫn thường bị ám ảnh, nếu không tu, tôi sẽ biến thành người đàn bà mất hết trí nhớ, ngồi cười với trái thị rụng.

Tôi còn nhớ O Lượm cứ về rồi lại đi, đi rồi lại về, được cho cơm ăn rồi nằm co ngủ trên tấm phản sau bếp. O về và đi không kể khuya hay sớm. Nhưng dù có nán lại chùa cho đến sáng mai, khi mặt trời lên bằng nửa ngọn cây thầu đâu, mắt O bắt đầu long lanh, mặt mày đỏ ửng.

Gần đến giờ ngọ, O chạy ù về một ngôi đình quen thuộc ở dốc chợ Bến Ngự. O Lượm xoả tóc quấn vào cột đình, xô đầu vào cột rồi khóc la vật vã. Khoảng hai giờ sau, người mệt rũ mà dường như lòng đã bình yên, O lại tiếp tục đi lang thang.

***

Nơi tôi về là ngôi chùa nhỏ nằm sâu giữa vườn cây trái.

Chuyện kể gần hai trăm năm trước, chùa do một bà công nữ lập ra. Người thương của bà đi trận ở đất Bắc Hà, chẳng bao giờ trở về. Bà xuất gia, cắt mái tóc dài gói trong chiếc áo cưới chưa một lần mặc qua. Thời gian và sự thủy chung lặn sâu trong từng đường chỉ của tấm áo gấm nay đã ố vàng. Những kỷ vật ấy vẫn còn được giữ lại thờ ở chùa.

Sao nơi nào tôi đặt chân đến đều bàng bạc dấu vết của tình yêu? Đến mẹ tôi, trong bài hát của một thời xuân xanh mất trí cũng ôm ấp ước mộng "Mai đi cưới chồng…".

Sau hôm về lại Huế, nhờ có Sư cô Chân Như và nhóm Hướng Thiện của Bác Siêu giúp, tôi tìm ra mẹ tôi.

Phiên chợ chiều sắp tan, người xuôi, kẻ ngược, tất tả dọn hàng về. Bác Siêu dẫn tôi đến bên người đàn bà đang ngồi ở mé sông phía sau chợ Đông Ba. Mẹ tôi ngồi yên như pho tượng, nhìn ra mặt sông còn loáng chút nắng vàng. Vạt áo sau của mẹ rách một đường dài phơi tấm lưng mẹ thật còng. Trời chiều trở gió, se lạnh. Tôi cố nuốt tiếng nấc. Bác Siêu nhỏ nhẹ nhắc tôi:

- Cô cầm tay mệ...!

Bàn tay của mẹ xương xẩu, khô ráp. Khuôn mặt mẹ tôi héo khô như trái ổi chết non. Mẹ nhìn tôi trân trối. Phải chăng mẹ chưa hề quen với sự vỗ về dịu dàng? Tóc mẹ tôi, có ai đó cắt ngắn, đã bạc đi nhiều. Miệng mẹ tôi móm mém thảm hại. Trên vầng trán mẹ, nỗi ưu phiền của người mất trí vẫn đậu trên những nếp nhăn.

Về sau, mỗi lần ghé thăm chùa, Bác Siêu đều dặn mẹ tôi:

- Bữa ni là mệ ở đây luôn với cô nghe... mệ không đi mô nữa hết nghe...

Mẹ tôi hiền lành gật gật cái đầu, tỏ vẻ hiểu và vâng lời. Tôi tập làm quen với mẹ bằng cách gỡ tóc và bắt chí cho bà. Hàng ngày mẹ ngồi nhìn tôi xe nhang, đôi khi bà còn giúp được tôi rải nhang ra rổ để đem phơi nắng. Hình như mẹ quen dần với tôi nên không còn đi đâu.

Những đêm mùa đông, khi mẹ chưa ngủ, tôi ngồi kể chuyện cho mẹ tôi. Mẹ đưa mắt nhìn mông lung lên mấy bức tranh vẽ Thái tử Tất Đạt Đa đi ra bốn cổng thành hay bức bà Maya nằm mộng thấy con voi trắng…

Dường như mẹ tôi bắt đầu biết chú ý và biết lắng nghe dù mẹ không hề nói. Tôi cố khêu tìm trong lớp bụi tro của bệnh tật một tia sáng, dù le lói, của ký ức mẹ tôi.

Đêm khuya, một mình tiếng tôi đều đều lẫn trong tiếng gió đang rít từng hồi trên mái tôn. Những uẩn khúc của cuộc đời mẹ dần dần như bãi cát hiện ra từ lòng sông.

Sự tật nguyền của mẹ vô tình đem lại cho tâm hồn tôi một nơi an trú. Suốt ngày, mẹ chỉ quanh quẩn bên tôi, mẹ ngồi yên sau lưng tôi trong hai thời công phu sáng tối. Bên tôi, mẹ như tìm thấy được sự chở che.

Còn mẹ, mẹ là mặt hồ phẳng yên cho tôi soi vào đó những sầu đau của mình. Thì ra, so với những bất hạnh của đời mẹ, tôi không khác người hiêp sĩ mù chém những đường gươm vô minh vào khoảng không. Hết thật rồi sớm khuya trông chờ những chuyến tàu xuôi Nam mà nhớ miên man hạt chuông leng keng vọng sang từ dãy đồi sau chùa ngập nắng chiều. Tôi nghĩ đến thầy Huyên, lòng bình lặng như đất trời vừa qua cơn bão. Tôi thầm cám ơn cánh chim của số phận đã thả rơi tôi, hạt giống lạc loài, xuống chốn cửa thiền. Tôi cũng thầm cám ơn Sư bà, là người đầu tiên cắt cho tôi cuống nhau lìa mẹ, đón tôi đến với nhân gian. Lần thứ hai, để giúp tôi cắt lìa cái tâm cuồng si, Sư bà đã đưa tôi về với mẹ. Sư bà đã nuôi dạy tôi và nâng đỡ con người man dại trong tôi không dễ dàng, như người hành giả bước đi trong đôi dép bện bằng gai nhọn.

Buổi sáng, khi đi giao nhang về, có được chút tiền, tôi ghé qua sạp vải của O Châu, mua cho mẹ tôi xấp vải màu khói hương. Tết cũng sắp đến nơi. Có lẽ trong đời mẹ chưa bao giờ được mặc qua chiếc áo mới. Sáng nay gió lạnh mà nắng thì trong veo. Lòng tôi vui như hoa cúc vàng vườn nhà ai nở đầy. Tôi sẽ ướm thử xấp vải mới lên người mẹ… Mẹ sẽ ra sao nhỉ? Chỉ mong chân làm sao bước được nhanh hơn để về với mẹ…

Chưa kịp rẽ vào ngõ nhà bác Mẫn để dẫn mẹ về thì tôi đã nghe tiếng bác thất thanh từ dưới bến:

- Ới cô, cô ơi... mệ...

Tôi chạy xuống bến sông. Người ta vừa vớt mẹ tôi lên, để mẹ nằm trên cỏ. Người mẹ tôi đã tím, nước vẫn còn trào ra từ mũi miệng của mẹ. Cổ họng tôi đắng khô.

Bác Mẫn mếu máo:

- Con gà nhà tui sẩy chuồng, còn bị con chó mực rượt xuống tuốt triền sông. Tui tiếc con gà, chạy theo... Mệ thấy rứa cũng chạy theo... ham đuổi bắt con gà mà ai dè...

Tội nghiệp bác! Chuyện con gà chỉ là chiếc cầu giúp cho mẹ tôi nhẹ nhàng bước qua một bến bờ khác.

Bây giờ mẹ tôi nằm bình yên như chiếc lá khô, trên tấm chiếu đơn chẳng in hoa đã ngã màu.

Bác Siêu đã phủ lên mặt mẹ tôi một tờ giấy trắng. Các bác trong Đạo tràng đang sửa soạn khai kinh cho lễ nhập liệm. Tôi mang đến chén gạo, thắp nén nhang, rồi đi xếp hành lý cho mẹ mang theo. Xấp vải màu khói hương tôi chưa kịp ướm thử lên người mẹ, hai bộ áo vạt khách còn máng ở hiên sau. Khi cầm đến chiếc lược cũ thường chải tóc cho mẹ, tôi bật khóc.

" ... Nghe đây Xá Lợi Tử:
Sắc chẳng khác gì Không
Không chẳng khác gì Sắc
Sắc chính thực là Không
Không chính thực là Sắc..."

Niệm Tâm Kinh Bát Nhã mà lòng tôi như cơn gió thổi qua thảo nguyên, trống không, thăm thẳm.

Từ nay trong ngôi chùa xưa chỉ còn lại một mình tôi, hạt u minh của mẹ. Và mẹ là trang cổ thư, tôi có đọc suốt đời cũng không sao hiểu hết.

(1999)

(*) Theo Tin Mừng (Thánh Matthew 6, 34)

(**) Thích Nhất Hạnh, Phép Lạ Của Sự Tỉnh Thức, NXB Lá Bối (Walnut Creek, California) 1997, trang 180-181

"Ngồi giữa chiều Dran" - Đinh Cường

NGUYỆT CẦM

Cuối cùng, tôi cũng mang được bức tranh của Thiều đến trước khu vườn nở đầy hoa tử vi ấy. Những cánh hoa màu tím trắng lang thang trong gió bay. Ngôi nhà ẩn mình dưới tàng cây ngập nắng vàng. Nét Huế xưa tìm thấy giữa ngôi làng đìu hiu ở một vùng phía đông nam của nước Pháp khiến tôi nao lòng. Bức tranh của gần ba mươi năm sắp cùng tôi chia tay. Tôi sắp làm xong lời hứa với Thiều. Sau tiếng hạt chuông rung, có bóng người bước ra. Ngập ngừng, rồi vội vàng. Chị khẽ khàng sửa lại chiếc khăn quàng. Chị là người thiếu phụ trong tranh, quàng chiếc khăn tím bay trên nền áo đen, trên bóng núi và nền chiều đã sẫm màu. Chỉ duy chút nắng vàng còn đọng trong đôi mắt màu rét lạnh. Tôi đứng lặng như cây thông ngoài thung xa.

- Dạ, anh Phương...

Sau câu chào nhỏ nhẹ, chị lại đưa tay cầm một góc chiếc khăn quàng. Bàn tay đầy gân xanh ấy như đang tìm một điểm tựa. Tóc chị vấn cao, không còn xanh. Chị mở cổng và nhường lối cho tôi. Tôi vẫn chưa nói được câu nào. Có tiếng lao xao của sỏi. Dưới chân và ở một nơi nào khác .

Đã qua chưa những mùa giông bão trong đôi mắt bình lặng ấy? Xin chuyển lại chị bức tranh. Và câu chuyện phải được kể bắt đầu từ đâu, thưa chị?

Khác với mọi lần, đón tôi về sau tiết dạy cuối, Thiều có vẻ bồn chồn lạ lùng.

- Em sang bên Dòng mượn chiếc áo chùng đen của anh Tuệ giùm anh.

Chúng tôi về trễ buổi cơm trưa. Có giọng nói mát mẻ của mẹ chồng tôi từ phía sân sau. Lòng tôi như lửa đốt. Anh phải đi chiều nay, rất gấp. Anh đi mà chưa kịp sắp xếp chi cho em... Anh mong em hiểu cho... Ngồi ăn, tôi cúi mặt, chẳng dám nhìn anh. Anh ăn vội rồi đứng lên, đi đốt mớ giấy tờ sau bếp. Mẹ anh làu bàu:

-Cái thằng thiệt lạ. Đã biểu để dành giấy để nhóm lửa mà không nghe.

Bà chỉ có hai người con. Anh Cả, sĩ quan Không Quân, thỉnh thoảng mới đưa gia đình từ

Đà Nẵng ra thăm. Thiều là con trai út, rất được mẹ thương. Hôm ấy sắp sang Đông. Trời thường trở lạnh từ xế chiều. Tôi chọn chiếc áo dài đen, quàng khăn voan màu tím...

- Dạo này em hơi gầy...

Anh đến sau lưng. Tôi bật khóc. Trên vai áo anh ngày đó, tôi nhận ra lẫn trong mùi hăng hắc của thuốc lá, hương son môi Arden dịu dàng đến bùi ngùi. Anh nói nhỏ em nhớ đem theo áo ấm. Chiều lái xe về một mình, trời lạnh. Anh không còn cách nào hơn là phải nhờ em đưa đi...

Ghé qua nhà Thu Ba để đón anh Phương. Ngồi ở băng sau, anh Phương khoác vội chiếc áo chùng đen của anh Tuệ. Ra khỏi thành phố, chiếc Frégate lao đi nhanh, qua những cánh đồng ngợp gió. Dãy núi ở phía tây mù mây. Cả ba chúng tôi im lặng. Mạch máu ở thái dương anh giật liên hồi. Sao chẳng bao giờ anh tỏ lộ với em về những chuyện...? Yêu anh năm em mười tám. Thuở ấy lòng em như trăng rằm. Năm năm sau em về làm chiếc bóng bên đời anh. Em chỉ biết yêu anh và yêu nét vẽ tài hoa của anh. Nên chi mọi việc chiều nay đến bất ngờ làm em choáng. Qua khỏi một thị trấn nhỏ, anh dừng xe bên hông một trường học. Còn kịp để em lái về. Đi chậm và cẩn thận. Em nhớ những điều anh dặn. Nếu thuận tiện, sẽ có thư cho em... Trên đường về hôm ấy lòng tôi như khúc sông chảy xiết. Trong nhà, chỉ ba mẹ Thiều là rõ chuyện. Bà dặn tôi phải nói với anh Cả và mọi người là vì giận nhau mà Thiều bỏ tôi lên Đà Lạt dạy vẽ. Bà cũng không quên nhắc đến cái tuổi Dần khắc chồng, khắc con của tôi. Còn ngày nào anh về, không hề có ai dám nhắc tới.

Hai năm sau, tôi xin về trên nhà với mẹ tôi. Mẹ tôi ở Kim Long. Em gái tôi về làm dâu ở Vỹ Dạ, chỉ còn một mình mẹ với khu vườn nhiều cây trái đến "chim se sẻ bay qua không lọt". Đi dạy về, tôi làm hết việc nhà cho mẹ như thời con gái. Nhiều đêm thức khuya chấm bài, nghe tiếng chuột reo, mẹ đến nói nhỏ bên tôi mai e mình có khách. Không chừng thằng Thiều về đó con. Ban đầu tôi cũng thấy vui vì cái điềm lành chuột reo ấy. Nhưng rồi anh vẫn biệt mù như cánh chim. Có hôm tôi đạp xe về lại nơi chia tay với anh – cạnh trường trung học. Chỉ có cánh đồng ngập gió và tôi. Đến một cái Tết nọ, nhiều người về, ghé qua nhà. Vẫn chẳng thấy anh. Mẹ khóc suốt tháng Giêng. Tôi tê tái cho cái tuổi Dần quái ác của mình. Trong nhà ai cũng nghĩ là anh không còn nữa. Cũng khó lòng qua khỏi những trận mưa bom ác liệt ở phía núi rừng trên kia làm rung cả từng ô cửa kính nhỏ ở dưới này. Mùa hè năm đó, khắp nơi trong thành phố, cây cối úa vàng rồi chết khô. Thường buổi trưa, trong gió Lào nóng rát lại nồng lên một mùi hăng khô khốc đến ngạt thở. Người ta nói với nhau về thuốc khai quang. Những hôm đi dạy về, qua cầu Bạch Hổ, tôi thường được chứng kiến những chiếc GMC chở quan tài. Có đôi khi người đi đường phải kín đáo đưa khăn lên mũi. Tuần rồi đánh lớn ở Cổ Bi, Hiền Sĩ..., ở A Lưới A Sao... Những người già băn khoăn về chiến tranh. Vài người học trò cũ của tôi được tin chết ngoài mặt trận. Chiến tranh đối với tôi ngày đó lạnh lùng đến tàn nhẫn. Sự bất hạnh không quên một ai. Chiến tranh với nỗi ngóng trông anh khôn nguôi, là những bữa cơm chiều ăn vội để rút vào nhà đóng kín cửa. Mẹ tôi thường thắp nhang tụng công phu chiều. Đêm dài đầy lo âu và bất trắc. Tôi thường nằm chờ nghe tiếng chuông u minh từ trên Thiên Mụ vọng về lẫn trong tiếng rền xa của đại bác. Cuối năm đó, ba chồng tôi qua đời. Tôi về chịu tang, chịu luôn sự ghẻ lạnh của họ hàng. Qua năm sau đến lượt mẹ tôi. Anh vẫn là nhánh rẽ của sông chảy xuôi biền biệt. Không biết bao nhiêu mùa trăng, bao nhiêu chiều tà, bao nhiêu cơn mưa đi qua trên dòng sông trước nhà. Ngôi nhà càng buồn đìu hiu. Tôi thèm nghe bên tôi một tiếng người.

Cuối cùng, qua một mùa chấm thi ở một thành phố khác, tôi đã ném lòng mình vào biển sâu để có Nguyệt Cầm...

- Bao giờ Huế cũng nhỏ xíu và cay như một chén rượu phải không anh?

Thuở ấy, bao nhiêu là tai tiếng, sắc như dao cau, bổ dọc được cả tim người. Học trò nhìn tôi len lén. Đồng nghiệp nhìn tôi thương hại. Họ nói với nhau chuyện chồng con, chuyện sanh nở thật dễ dàng như đi dạo mát. Còn tôi, chỉ một cái trở mình của Nguyệt Cầm trong bụng ngày đó cũng đủ làm tôi xuyến xao.

Chị ngừng kể, đến bên lò sưởi châm thêm tí củi khô. Có tiếng nhạc dương cầm rất nhỏ ở một góc nhà. Tách trà trong tay tôi lạnh tanh. Tôi bùi ngùi nhớ những cơn mưa rừng trắng đồi trắng núi. Tôi cũng muốn nói cùng chị về cái ngày Thiều và tôi đi theo cánh quân đổ về Hương Trà, vào Thành Nội, qua cầu Đông Ba rồi về luôn miệt Gia Hội, Bãi Dâu. Lúc đó lệnh chung là không cho về thăm nhà. Vẻ thẫn thờ của anh làm tôi nhớ những hôm đi gùi gạo về ở phía sông Hai Nhánh. Im lặng, nhưng tôi hiểu anh cũng như tôi, muốn gửi lòng mình trên chiếc lá khô trôi theo con sông về xuôi. Khi đi qua trên cầu Đông Ba, Thiều lặng lẽ nhìn xuống phía nhà anh, ngôi nhà sơn vôi màu hồng ở gần con dốc. Nhưng chỉ vài giờ sau, anh đã nằm lại với mảnh đại bác xuyên thủng ngực. Cũng bên một khúc quanh của dòng sông. Từ đó, tôi miệt mài đi tiếp, mang thêm chiếc ba lô của Thiều. Trong ấy có bức tranh Thiều vẽ Tương Như. Còn người thiếu nữ trong khung hình để trên lò sưởi, tôi đoán là Nguyệt Cầm, cũng có đôi mắt và nụ cười của Tương Như. Cô bé ôm lấy mẹ trong vòng tay, cười hân hoan như ôm được cả bầu trời. Còn chị, chị kể lần đầu tiên ôm con vào lòng, chị khóc như chưa bao giờ được khóc.

Đã có vài tiếng chim đầu ngày kêu nhỏ trong vòm lá tối. Chị mang đến cho tôi tách cà phê nóng với chiếc bánh mì nướng. Lẫn trong mùi cà phê thơm dịu dàng, căn nhà ngập hương hoa Lavande ngai ngái buồn. Chị khẽ nhắc Nguyệt Cầm mỗi lần đi học xa về đều chưng đầy hoa tím ấy. Còn với chị, tôi hiểu Nguyệt Cầm là nhành hoa quý của riêng chị.

Buổi sớm, lúc chia tay chị ở đầu con dốc, tôi mang tâm trạng một người lính trở lại mặt trận. Đi với tôi bây giờ, không còn bức tranh xưa của Thiều mà bó hoa lavande khô với mùi hương ngai ngái buồn và đôi mắt ngấn lệ của Tương Như.

(1998)

"Nam Bộ" - Hoàng Ngọc Biên

CHIM VẠC CON Ở BADGHIS [1]

"... Cái cò, cái vạc, cái nông..."
(Ca dao)

Tờ mờ sáng, thằng Samad đã chui vào sau đống vỏ xe hư, vứt sát tường nhà con Gisoo. Giở nhẹ tấm vải dầu đen khô ráp bám dày một lớp bùn, nó len dần đến bên vệt tường nứt chạy dài xuống từ trên mái. Đằng sau lớp gạch vỡ lởm chởm, con Gisoo đang xách nước đến cho ba nó pha trà.

Samad biết bình nước ấy nặng lắm. Chiều hôm qua, nó giúp con Gisoo khiêng nước qua truông cát nóng sau đồi. Mấy bận đi, về, cát như giật lùi gót chân của hai đứa nhỏ. Gisoo thương mẹ, gắng trữ đầy nước cho mẹ đỡ vất vả được vài hôm. Ngày mai, mãi mãi nó không còn được ở nhà.

Lúc dừng nghỉ mệt ở đầu con dốc, đưa cánh tay khẳng khiu lên quệt mồ hôi, Gisoo nói cuối mùa đông này, mẹ nó có thêm em bé. Nói xong, nó ngước nhìn bầu trời đang tối dần, lấm tấm những vì sao. Trời đêm trở gió, mang về theo cái lạnh của núi.

Không hiểu sao, thằng Samad buột miệng:

- Có thật mai mày đi lấy chồng không?

- Nhà tao hết tiền, hết bột, không còn bánh.

Đói, em tao khóc, Bibi Jan tao khóc.

Bibi Jan là bà nội của Gisoo. Samad thầm nghĩ chắc bà phải già lắm. Mỗi lần gặp bà ngoài đồi cát, nó thấy Bibi Jan không khác một cái bàn biết đi. Chiếc lưng cong gập lại, đầu cúi sát gần mặt đất, bà bước nặng nhọc như đang gánh chiếc áo burqa (2) trên người.

- Ba tao bán tao cho ông già Qadir, sáu mươi tuổi.

- Còn mày?

- Chín

- Mày thích học làm cô giáo như cô Asmaan. Vậy bao giờ mày về lại?

Con Gisoo lầm lũi xách nước. Nó không dám kể cho thằng Samad cho đến khuya hôm kia, nó vẫn còn bị ba nó đánh. Chỉ vì nó khóc, van xin cho nó được ở nhà. Khi ba nó giơ cao khúc củi phang vào người nó, Sitara nhào về phía con, đưa lưng mình ra chịu đòn. Bà ngã xuống không quên đưa cánh tay trái ôm lấy bụng mình. Từ dưới bếp, Bibi Jan thét lên sợ hãi. Raqib bỏ đi, mặt đỏ gay.

Suốt đêm Sitara không ngủ.

Nguyên cánh tay phải đau tê dại. Gisoo pha muối với nước ấm đắp vết thương cho mẹ.

***

Raqib ngồi co ro như con dơi ngày đuối mắt. Ông cúi mặt xuống nền nhà bằng đất nện, không nhìn con Gisoo. Vóc dáng ông như càng nhỏ đi hơn trong bộ áo dài peraahan tunbaan màu nâu cũ kỹ. Đầu ông đội chiếc mũ kolah đan bằng len màu vỏ trứng cũng đã bạc màu. Chỉ mái tóc xoăn của ông là còn đen nhánh. Bên tách trà, khuôn mặt Raqib trông bình lặng như vừa bước ra khỏi nhà nguyện. Không ai biết ông đang nghĩ gì. Thỉnh thoảng hai vành môi mỏng của ông mím lại. Đêm qua ông thật khó ngủ. Ông nhớ đến con Simara. Ông đã bán nó đi từ sáu tháng trước. Lúc ấy nó vừa tròn mười hai tuổi. Simara có khuôn mặt đẹp như mẹ nó.

Lão Ali ưng ý nhưng còn kèo nài thêm bớt.

Lão không dấu tuổi mình. Lão đã bảy mươi. Còn mong đẻ thêm con trai. Nay số tiền ấy đã vơi. Raqib đang lo làm sao đắp đổi cho sáu miệng ăn. Sitara lại sắp sanh. Sau Gisoo chắc phải tới lượt con Alia nếu Raqib vẫn không tìm ra việc. Ông chưa muốn nghĩ đến. Alia là đứa Raqib thương nhất. Con bé hay cười, khuôn mặt lại giống cha.

- Siyasar!

"Siya" là màu đen, "sar" là cái đầu. Bao giờ Raqib cũng gọi vợ là "Cái đầu đen". Hình như đây là danh từ chung dành để gọi phụ nữ của xứ ông. Cô ấy cũng có tên. Sitara. Sitara là Sao Mai. Nhưng chẳng bao giờ Raqib nhớ. Mà nhớ để làm gì? Nó chẳng bao giờ để ý đến ông. Ông biết là thằng Salam thương nó. Thời nhỏ đi học, lúc nào Salam cũng nhường phần thắng cho Sitara trong các trò chơi. Raqib chỉ cần biết là Sitara đẹp nhất trong đám con gái học chung. Nhà nó giàu lắm. Nhưng chỉ một đêm thôi, do tuyết tan từ dãy núi phía Tây Bắc tràn về, bao nhiêu cừu dê, ruộng lúa mất tăm tích trong nước lũ của con sông Murghab. Có như thế bà Bibi Jan mới đi mua được Sitara về cho Raqib, đứa con trai lêu lổng của bà.

Bóng Sitara im lặng bước ra từ sau tấm màn nâu ám khói.

- Sắp đến giờ rồi.

Raqib nói, không quay lại. Tưởng như ông đang nói chuyện với tách trà trên tay. Bóng Sitara lại khuất sau màn.

Từ bên ngoài, thằng Samad nghe tiếng bà Sitara gọi Gisoo. Rồi có tiếng xối nước. Không như thường lệ, hôm nay, Sitara tự tay tắm cho Gisoo. Con bé không dấu được vẻ ngạc nhiên. Ôi tóc nó khô như cỏ, ngát cả mùi nắng. Gisoo được mẹ gội đầu, được mẹ kỳ cọ cẩn thận. Mùi thơm của chút rẻo xà phòng làm cho nó hít hà, thích thú. Sitara, lòng nhói đau, chỉ biết cắn chặt môi. Ôi con gái quá đổi thơ ngây của mẹ! Mẹ biết dặn dò, chỉ bày làm sao cho con hiểu đây?

Với Simara, hôm cuối cùng trước ngày đi, nó chỉ biết khóc với mẹ. Trí khôn nó chỉ đủ mường tượng ra những trận đòn roi với ngày dài ngập tràn công việc. Simara vẫn không hiểu nó sẽ phải làm gì với lão Ali ấy... Trong mẹ, sợi giây nhau như chưa bao giờ được cắt lìa khỏi cuốn rún của từng đứa con. Từ nay, trên mỗi phân vuông thịt da con đều có nước mắt của mẹ.

Đã có tiếng gắt của Raqib từ bên ngoài.

Một lúc sau, Gisoo thoáng hiện qua khe tường nứt.

- Ya Allah!

Lần đầu tiên, thằng Samad trông thấy con Gisoo mặc áo burqa màu đen. Tóc nó vẫn còn ướt. Màu da nâu bóng dưới ánh nắng mỗi khi chơi nhảy dây của Gisoo giờ đã biến mất dưới lớp phấn bột màu trắng. Hai gò má nó phúng phính hồng như màu quả lựu vừa chín tới. Mi mắt Gisoo đen nhánh viềng quanh hai giọt lệ nhắc cho Samad hôm nay là ngày con Gisoo đi lấy chồng.

***

Raqib cúi đầu mời khách. Ông Qadir bước vội vào nhà, nhanh như gió, vẻ mặt lạnh tanh. Ông đảo mắt nhìn quanh căn lều. Tóc râu, chân mày ông bạc trắng nổi bật trên màu nước da nâu sạm của khuôn mặt chi chít nếp nhăn. Chiếc khăn lungee quấn đầu, tay nải trên vai và bộ paraan tunbaan[3] cùng một màu khói nhạt tạo cho ông dáng dấp của một tay đi buôn đường dài.

Ông Qadir rút ra từ dưới áo gói tiền cuộn tròn trong miếng vải ngát hương hồi. Raqib bất giác nuốt nước miếng. Ông hơi cúi đầu, đưa tay kéo lại cổ áo. Những tờ giấy in hoa văn màu nâu đỏ, màu xanh, màu cam... mới có, cũ có, đang nằm trên tay ông. Nhẩm tính. Năm mươi ngàn tiền Afghan

Afghanis. Một trăm ngàn. Hai trăm ngàn. Hương hồi thoáng kéo ký ức Raqib về với miếng thịt cừu nướng béo ngậy ướp sữa tươi pha muối với quả hồi thuở xưa trong những ngày lễ hội. Raqib chẳng còn nhớ đến con Gisoo. Ông cuốn lại cẩn thận gói tiền trước khi dấu dưới vạt áo.

Raqib một lần nữa bắt tay ông Qadir.

Lão già sốt ruột, nhớn nhác nhìn quanh.

Từ sau tấm màn ám khói, con Gisoo lúng túng bước ra trong chiếc áo burqa rộng thùng thình, bên trong còn phải mặc thêm chiếc quần tumbAns(4) dài tới đầu gối. Ấy là bộ áo của Bibi Jan dành để tẩm liệm khi bà qua đời. Sitara xin bà tấm áo rồi khâu ngắn lên cho vừa người con Gisoo. Lúc Bibi Jan quàng lên cổ nó vòng hoa kết bằng những sợi dây chỉ nhiều màu, chiếc đầu nó lúng túng quay trở dưới tấm khăn che mặt chAdar(5) mà nó chưa quen. Trong chiếc áo burqa vừa rộng vừa dài, Gisoo trông tội nghiệp như con chim vạc bị mắc bẩy. Sitara đứng cúi đầu sau lưng Gisoo, hai tay ôm lấy vai con. Thỉnh thoảng bà nhắc nó kéo tấm chAdar lên che ngang mặt.

Raqib đến bên, đẩy nó đến trước mặt ông Qadir:

- Đây, cô dâu của ông! Xin ông thương mà không đánh đập nó!

- Dĩ nhiên là tôi thương nó!

Tiếng ông lão lạnh lùng, nhát gừng, nghe khào khào như còn đọng lại đâu đó sau chòm râu bạc. Con Gisoo che mặt khóc sau tấm chAdar. Khi thấy nó không chịu bước đi, ông lão bấm chặt bàn tay xương xẩu vào cánh tay con bé. Sitara vẫn lặng lẽ đi sau con mình.

Ra đến sân, con bé quỳ xuống, vùi chân trong cát. Lần này, ông lão tỏ ra bực mình, bấu vào cánh tay nó lôi đi. Đứng trên bậc thềm nhìn theo, bất giác Raqib đưa tay đẩy gói tiền vào sâu trong áo, kẹp chặt hơn dưới nách.

Sitara khẻ nhắc Gisoo kéo khăn lên che mặt. Bà còn muốn cúi xuống nói với con tấm chAdar và chiếc burqa sẽ vô cùng thân thiết với nó. Khăn ấy, áo ấy sẽ là nơi trú ẩn của Gisoo cũng như của bà trong bao năm nay. Những trận đòn của Raqib, có khăn có áo che chở. Đời vợ chồng của bà, khăn áo cũng biết, như nằm nhìn mây bay qua đồi hoang. Bà chỉ biết đem tâm tình kể lể cùng khăn áo. Ôi Salam! Em biết nước lũ năm ấy đã cuốn trôi lá thư em dấu dưới bụi cây ruối dại sau đồi. Từ đó, chẳng còn ai gặp anh. Raqib ác độc bảo có người thấy nước lũ đã cuốn anh đi.

Nhưng em không hề tin.

Khi Gisoo bị ông lão Qadir đẩy lên xe, nó quay lại tìm mẹ. Không còn nhìn thấy mẹ. Thấp thoáng có bóng thằng Samad đứng sau căn lều nhà con Ariana bên kia đường. Không dưng nó thấy tủi thân. “Mày thích làm cô giáo như cô Asmaan. Bao giờ mày về lại?”. Giosoo khóc tấm tức với giấc mơ của mình sau tấm mạng che mặt.

Gió vẫn thổi trên đầu Gisoo. Gió mát khiến mắt nó mỏi. Cơn buồn ngủ ập đến. Khi chiếc xe chạy qua những vùng xanh ngát quanh con sông Murghab, con bé không hề biết bàn tay xương xẩu của lão Qadir đang nằm gọn giữa hai đùi của nó.

(2022)

---

(1) Tỉnh Badghis: ở phía Tây Bắc của Afghanistan, giáp với biên giới Turkmenistan là một tỉnh nghèo nhất và ít phát triển nhất trong 34 tỉnh của Afghanistan
(2) Burqa: Chiếc áo dài và rộng che kín từ đầu đến chân của phụ nữ Hồi Giáo lúc đi ra ngoài
(3) Peraahan tunbaan: Y phục của đàn ông Afghanistan
Peraahan: áo rộng và dài đến đầu gối, may cùng loại vải với quần tunbaan cũng rộng và dài, ống quần thường được quấn sát ở cổ chân.
(4) tumbAns: loại quần dài từ thắt lưng đến đầu gối, phụ nữ Afghanistan mặc bên dưới chiếc áo dài và váy dài che kín gót chân
(5) chAdar: chiếc khăn trùm kín đầu, hai vai và cũng làm mạng che mặt của phụ nữ Afghanistan

"Dáng xưa" - Đinh Trường Giang

DÁNG XƯA

Buổi chiều, trước khi đi, tôi giao thêm cho Hải Âu hai chiếc mền quilt vừa may xong.

- Nhóm mình còn cần thêm một cái nữa cho bà cụ Dorothy bên nhà thờ cô ạ.

- Ừ, con gom hết vải vụn bên con đưa cho cô, tuần sau đi về cô sẽ làm xong trước Christmas.

Hải Âu dè dặt hỏi tôi:

- Cô ơi, dạ cô đi thọ bát quan trai ?

- Cô đi thăm người chị bà con, lâu lắm rồi cô không gặp.

Thấy Hải Âu vẫn băn khoăn, tôi nói thêm :

- Từ đây, cô chỉ bay ba tiếng là tới. Con yên tâm!

Tôi nhận ra chút thương cảm trong đôi mắt của cô bé.

Ở nơi đây không có gia đình thì chi bằng làm kiếp chim để bay về xứ nắng. Mẹ của Hải Âu là cô bạn hàng xóm xưa của tôi. Nhà Hải Yến chỉ cách bên tôi một hàng chè tàu. Hàng chè tàu quanh năm xanh um, đầu mỗi nhánh lá thường kết chùm hạt li ti màu vàng. Thuở nhỏ chơi mua bán, Hải Yến thường hái những hạt li ti ấy làm hạt kê, tôi đi chợ mua kê về cho mạ nấu chè cúng Tết Đoan Ngọ. Tuổi thơ mải mê chơi quên cả mặt trời đứng bóng. Mẹ tôi hay dặn con gái không được leo cây giữa trưa. Thế nhưng có buổi trưa hè nào mà vắng bóng hai bạn trên cây khế ngọt ở vườn sau, không quên bỏ theo gói muối ớt thiệt cay trong túi áo?

Ít năm sau, lớn hơn, chưa kịp có nhiều điều để tâm sự cùng bạn thì Hải Yến đã đi lấy chồng. Tôi chỉ được gặp lại bạn vào dịp Tết hay những lần bạn về nhà mẹ sinh nở.

Nay sang đây, thật tình cờ, chúng tôi lại vẫn là hàng xóm của nhau, cùng làm việc thiện nguyện trong khu phố.

Một lần, Hải Âu ngây thơ kể với tôi:

- Mẹ con hay nói đời mẹ con như chiếc thuyền đi trên mặt hồ, nào có biết thác biết ghềnh là chi.

Tôi cười xoa đầu con bé:

- Cô cũng cầu chúc con sẽ được như mẹ của con.

Hải Âu vẫn còn băn khoăn :

- Như thế nào mới biết là mình yêu hả cô?

Tôi nhìn sang Hải Âu, cháu đang ngồi ôm chiếc mền quilt nhiều màu tôi vừa giao. Khuôn mặt của cháu thật bình lặng. Cô bé chưa hề hỏi tôi cô có yêu ai bao giờ. Hải Âu đang ở tuổi hai mươi. Quãng đời ấy của tôi đã ở phía bên kia của ngọn núi.

***

Qua khỏi chiếc cầu đá, Timothy dừng xe trong sân nhà thờ, dưới gốc cây ngô đồng đã rụng hết lá. Dáng những cành cây mảnh khảnh lấm tấm nụ hoa in trên nền mây, như nét mực tàu phác vội trên tấm lụa màu ngà. Tôi cúi nhìn vạt áo dài nâu trông buồn hắt hiu trong nắng hanh.

Sáng nay cha Duy Ân gọi vào Ty nhờ giúp. Con heo giống Yorkshire duy nhất trong làng trở bệnh nặng.

Timothy gọi hoãn chuyến máy bay đi Nha Trang sẽ cất cánh lúc mười một giờ trưa. Anh chuẩn bị một số thuốc men cần thiết rồi đi cùng tôi. Thật ra đây không phải là phần việc của anh.

Anh giúp tôi làm thay cho Nhân đang nghỉ phép cưới vợ.

Cha Duy Ân đưa chúng tôi đến nhà bác Non. Căn nhà của bác lạnh tanh.

- Chiều qua tui dẫn đi bên làng Liễu Hạ về thì bủi túi bỏ ăn, khuya lại là sốt.

Con Yorkshire đang lên cơn sốt cao. Cả bầu trời của bác đang ở nơi đây. Nơi đây không có ngày ba mươi Tết.

Bác chăm chú nhìn tôi đang giúp Timothy soạn thuốc và kim chích. Trên khuôn mặt gầy gò chi chít nếp nhăn của bác thật khó tìm được dấu vết một ngày vui. Con Yorkshire thở khò khè, nằm im giữa đám rơm khô. Lúc mang bao tay, Timothy bảo tôi sẽ giúp anh lúc nào anh cần. Anh bước vào chuồng đến ngồi cạnh và quan sát từng chân móng đỏ ửng của nó. Mớ tóc nghiêng màu hạt dẻ của Timothy nổi bật trên màu rơm vàng. Anh ra dấu cho tôi trao ống kim. Bác Non dập điếu thuốc đang cháy xuống nền đất.

- Nhờ cô hỏi ông thầy có cần tui phụ chi không?

Timothy lắc đầu ra dấu. Hai năm có dịp làm việc chung ở Ty, ai cũng quý sự tận tình của anh. Tính anh vui vẻ nhưng ít nói. Những lần đi công tác chung, các bạn trẻ thường trêu:

- Ông Tim lái xe chậm vì sợ chị Hiên chóng mặt.

Ngồi bên cạnh Timothy, bác Hữu quay lại, ra dấu đừng đùa.

Có lần vui chuyện bác nói:

- Tui biết ông cụ của chị Hiên.

Bác Hữu sắp về hưu. Cuộc đời bác đi nhiều, sở học của bác sâu, bác sống một đời giản dị và nhân hậu. Thầy tôi quý tấm lòng của bác đối với cỏ cây. Từ ngày cụ Thượng Hà qua đời, mất bạn, thầy tôi buồn lắm, suốt ngày chỉ quanh quẩn trong nhà. Những hôm có bác ghé qua thăm, thầy tôi vui cũng được mấy ngày.

Bây giờ tôi mới hiểu ra chữ “biết” tinh tế của bác khi nhắc đến thầy tôi. Hôm qua, giữa buổi cơm trưa, lựa lúc thầy tôi vui, mẹ tôi nhẹ nhàng kể về Timothy. Không ngờ, thầy tôi buông đũa, đứng dậy:

- Con nhà gia giáo không lấy chồng Mỹ!

Mẹ lặng thinh theo thầy bước lên nhà trên, hai con mắt ngấn nước. Mẹ tôi đã quen cam chịu. Tôi biết như thế là có khi cả tuần thầy tôi sẽ không bước xuống nhà dưới. Thường mẹ tôi dọn cơm lên tận phòng, rồi năn nỉ thầy tôi cầm đũa. Tôi vào bếp, trở mớ gừng mẹ đang đặt trên lửa than riu riu. Ngoài vườn trưa, gió lạnh thổi quanh gốc mai vàng sai nụ.

Đúng ra giờ này anh đã đi nghỉ ở Nha Trang. Tôi biết anh rất yêu thành phố biển hiền hòa ấy. Tiếng đại bác về đêm như đã tan đi trong gió ngàn. Đêm yên tĩnh. Anh dỗ được giấc ngủ trong âm vang của sóng. Tôi ái ngại cho chứng bệnh mất ngủ của anh. Có lần tôi nói với Timothy:

- Hiên mong anh rời Huế sớm.

- Tại sao?

- Để cho anh đỡ bị chiến tranh ám ảnh.

Anh nhìn tôi lo âu. Như anh không muốn nhắc đến ngày về.

Tháng Tư. Chỉ còn sáu mươi ngày nữa là tròn ba năm. Một ngàn ngày, anh đã ghé qua một đất nước chưa có một ngày ngưng tiếng súng.

***

Lần đầu tiên đi công tác chung với Timothy, anh kể về người cha của mình, trung úy Gregory, đã nằm lại bên bờ biển Normandie chỉ một tháng trước khi Thế chiến lần thứ Hai kết thúc.

Thỉnh thoảng anh kể cho tôi nghe về nơi anh lớn lên, thành phố ấy cũng có những con đường nhỏ rợp bóng mát giống như Thành Nội của Hiên.

Timothy thích nhất lúc đi học về, đi bộ ngang qua những ngôi nhà cổ ẩn sau khu vườn đầy hoa trái. Trường đại học UC Davis của anh cũng đầy bóng cây xanh. Đi xa, Timothy nhớ nhất là tiếng chuông đồng hồ của trường thường ngân nga vào mỗi đầu giờ. Đứng ở ngõ ngách nào cũng nghe được Hiên biết không? Cứ làm mình sốt ruột, nhất là vào mùa thi... Tiếng chuông ấy như muốn hỏi mình.

- Đã học bài chưa? Đã học bài chưa?

Tôi bật cười vì ý nghĩ ngộ nghĩnh của Timothy.

- Trường anh học cách nhà anh bao xa?

- Bằng từ cầu Tràng Tiền vô nhà Hiên.

Tôi không hỏi thêm, chỉ thầm ước sao cho tôi đến được nơi ấy để tìm lại dấu vết thời tuổi trẻ thanh bình của anh, tìm lại niềm yêu đời thiết tha của anh trong từng trang sách học hay nơi mỗi ngày Timothy phải thực tập với những con thỏ, những con bò mang mỗi con số khác nhau, ký hiệu riêng cho từng công trình nghiên cứu...

Tôi chưa dám kể với Timothy thầy tôi đang giận tôi vì lời ngỏ của anh. Thôi hãy để sau Tết.

Tuần rồi đi giỗ bên phủ về, mẹ tôi kể có gặp bà Đốc Sanh, thầy tôi gọi bà bằng cô. Bà nói nhỏ với mẹ bên gia đình thầy trợ Khiêm có nhờ cô hỏi giúp cho việc xin đi bỏ trầu cháu Thư Hiên. Gia đình người ta hiền lành, đạo đức. Mẹ kể, tôi nghe, nhưng chỉ lặng thinh. Tôi không dám làm mẹ buồn. Thầy mẹ đã già, chỉ có một mình tôi. Mỗi khi bàn đến việc chồng con với tôi, mẹ thường nói xa gần "Mẹ không nối tóc hai đời nuôi con".

Từ làng bác Non về, Timothy đi cùng tôi đến nhà anh chị Văn. Anh Văn quen Timothy từ lúc anh đi tu nghiệp ở Mỹ. Nhà anh chị ở trong cư xá dành cho các giáo sư đại học. Chị Văn là chị họ của tôi. Gặp tôi, chị đã hỏi ngay:

- Chị nghe cậu không đồng ý phải không?

Tôi nhẹ gật đầu. Chị lặng thinh chiên nốt mấy cuốn chả giò. Tôi phụ chị dọn thức ăn ra đĩa. Như chợt nhớ điều gì, chị quay lại:

- Hay là để ra năm, anh chị xin qua gặp cậu mợ. Hiên thấy được không?

- Dạ chị

Anh Văn nói chuyện với Timothy ở phòng bên. Có tiếng dương cầm rất nhỏ từ phía sau kệ sách. Nơi ấy, trong chiếc bình sứ màu rêu đất, chị Văn chưng mấy nhánh cây khô. Ôi lại Schumann! Âm thanh của nỗi quay quắt. Thương quay quắt. Đau quay quắt. Những nốt nhạc như sóng biển. Ra đi rồi quay trở lại...Sao xứ sở của riêng tôi bao giờ cũng hoang vu như rừng đại ngàn? Với tôi, hạnh phúc hiếm hoi như giọt sương trên đầu ngọn lá cháy khô.

Trong bữa ăn, chị Văn cố gợi chuyện cho tôi vui. Timothy nhìn tôi, thoáng chút băn khoăn. Anh Văn nhắc đến buổi họp mặt vào chiều Mồng Hai rồi nói đùa sẽ bắt Timothy hát bài "Cái trống cơm". Timothy nhìn tôi cười. Chị Văn hy vọng chắc vui lắm. Sẽ là một buổi nhạc thính phòng bỏ túi. Có mời cả vài người sinh viên, học trò của anh Văn. Trong đó có chị Nhã Nam, chị hát "Dạ lai hương" của Phạm Duy hay tuyệt vời.

- Nhớ qua với chị nghe Hiên!

Tiễn tôi ra cửa, chị Văn còn nhắc.

Lên xe, Timothy đề nghị anh đưa tôi về thẳng nhà tôi. Tôi từ chối.

Khi về đến Ty, chiếc xích lô của bác Gạo đang chờ tôi bên gốc cây phượng già. Tôi nói với bác qua khung cửa xe:

- Cháu còn thu xếp vài giấy tờ, bác đợi cho cháu thêm mười phút!

Ở nhà, giờ này mẹ tôi đã bắt đầu nấu cúng chiều ba mươi. Vào đến văn phòng, tôi vội vàng trao cho Timothy món quà lần đầu tiên tôi tặng anh. Tôi chưa kịp ngăn, Timothy đã vội mở chiếc hộp.

Anh xoay chiếc cà vạt bằng lụa màu xanh biển tối thẫm về phía ánh đèn:

- Hiên chọn màu khéo lắm. Sao Hiên lại biết màu anh thích?

Ẩn sau nụ cười thật tươi của Timothy là đôi mắt ướt:

- Cám ơn Hiên!

Thế mà tôi đã đắn đo không biết bao nhiêu ngày. Tặng quà như thế có vội vàng quá không? Có thân mật quá không dù anh đã ngỏ lời yêu tôi? Tôi dấu lòng mình như loài sóc dấu quả trong đất. Tôi là người ngăn đê vụng về, đắp bao nhiêu rồi nào có kịp với nước sông dâng?

- Bao giờ anh được đến thăm Hiên? Ngày mai, Mồng Một Tết được không?

Năm ấy, chiều Ba mươi Tết nhằm ngày Thứ Hai. Tôi dịu dàng nói với Timmy:

- Hiên gặp anh chiều Thứ Tư, Mồng Hai Tết ở nhà chị Văn.

Timothy gật đầu, cầm món quà trong tay:

- Anh sẽ mang vào ngày Thứ Tư !

Hôm đi phố chọn quà cho anh, trí tưởng tôi mãi miết rong chơi trên cánh đồng tình yêu chưa một lần biết qua khúc tình sầu. Biết đến bao giờ tôi mới được tự tay chọn màu áo cho anh? Chỉ còn hai tháng tròn...

Timothy trao cho tôi chiếc hộp vuông nhỏ xíu anh lấy từ trong túi áo.

- Hiên có thể giữ giùm anh? Của mẹ cho anh...

Tôi ngạc nhiên nhìn Timothy. Trên vuông vải nhung bé tí màu đỏ là sợi dây chuyền với chiếc thánh giá bằng bạc.

- Sao anh lại đưa cho Hiên?

- Đây là kỷ niệm của một lời giao ước.

Ôi Timmy! Tôi không cầm được nước mắt. Nắng chiều sắp tàn bên hiên.

Timothy lặng nhìn tôi, xao xuyến. Ôi Timmy! Em là con chim khản tiếng, đang tìm tiếng hót mình trong bụi gai!

Tôi nắm chặt bàn tay anh rồi quay vội ra cửa. Timmy bước theo sau, đứng tiễn tôi bên gốc cây phượng già.

Bác Gạo đang chờ, mũi xe đã quay về phía cổng. Nhìn sang vườn hoa bên kia đường, bên sau hàng phượng, khói sương đang phủ dần mặt sông. Ngày ấy sao quá vội vàng đến không nói được với nhau lời chia tay?

Ngày...tháng...năm...

Trong phòng em, chiếc áo dài lụa Hồng Hoa màu vàng, đôi giày escarpin màu trắng dành cho chiều Mồng Hai em đến gặp anh. Thuở ấy con gái Huế vẫn mặc áo dài lụa giữa mùa đông, khoác thêm áo len bên ngoài với khăn quàng cổ.

Em nhủ lòng mình lần này gặp anh, em sẽ thôi không làm loài sóc dấu quả. Chiều về, mình có thể đi bộ chung một quãng đường. Nếu còn giờ, em sẽ đưa anh đi qua con đường có hàng muối âm u. Dù chiều còn lưu luyến chút ánh sáng trên đầu ngọn cây nhưng đứng dưới táng lá thì đêm đã về. Em sẽ biết nói với anh về những giấc mơ chẳng bao giờ có trong đời thật.

Mở chiếc hộp kỷ niệm của ba mẹ anh mà thấy thương anh.

Nửa đêm, em đi ngủ chưa được bao lâu thì cả nhà đều giật mình thức dậy vì tiếng súng. Súng nổ rền bốn phía không ngớt, cho đến gần sáng. Có những tiếng nổ lớn như tiếng bộc phá khiến con Mực hoảng sợ, sủa inh ỏi. Thầy vặn thử radio như những khi Sài Gòn có đảo chánh nhưng không bắt được làn sóng. Không ai đoán được chuyện gì đang xảy ra. Mẹ trải chiếu dưới gầm bộ ngựa gõ cho cả nhà nằm tạm. Lòng em như lửa đốt. Mẹ nhắc em niệm Phật. Em không còn nhớ nổi một câu kinh. Ôi Timmy, sao em cứ mãi lo sợ điều bất trắc xảy đến cho anh?

Khi tiếng súng thưa dần, thầy nhận ra có nhiều bóng người đi lại ngoài đường.

Sáng Mồng Một, người chỉ huy của họ vào xin phép cho họ tạm đóng quân trong vườn. Những khuôn mặt trẻ. Có những người còn rất trẻ với làn da thiếu nắng. Họ bắt đầu đào những hầm chiến đấu cá nhân ngoài đường, sát hàng chè tàu của mỗi nhà. Họ chỉ xin dùng nhờ nước giếng sau vườn. Thỉnh thoảng họ ghé vào ngồi trước hiên. Họ từ chối không vào nhà dù thầy mẹ có ra mời. Chỉ người chỉ huy của họ nói chuyện với thầy. Họ đi lại trong im lặng. Mỗi khi trực thăng bay ngang qua, nếu có ai đứng đâu đó trong vườn, họ liền thoắt đến ôm gọn gốc cây, nhanh như mèo, miếng vải dù màu xanh phủ trên lưng.

Em vào phòng, mang sợi dây chuyền của anh, chiếc thánh giá giấu trong cổ áo.

Ngày...tháng...năm...

Ngày Mồng Hai, trời mưa lâm thâm khiến chiều mau tối. Không còn ngày thứ Tư bình yên cho em gặp anh, cho em biết màu áo nào anh chọn cho chiếc cà vạt lụa màu xanh thẫm. Hôm nay bác Gạo ghé qua nói có người cho hay cầu Tràng Tiền đã gãy rồi. Đạn pháo kích vẫn bay qua bầu trời nội thành. Lúc đạn gần đến đích, có thể nghe được cả tiếng xé gió dần chậm lại của đầu đạn. Tiếp đó là tiếng nổ long trời. Chỉ cầu mong sao cho đêm qua nhanh, cho ngày mau tới. Hình như ánh sáng mặt trời xoa dịu được phần nào nỗi lo sợ. Một vài con chim sẻ về đậu trên nhánh sầu đông đẫm nước mưa. Ước chi em hóa thân được thành loài chim ấy. Để đi tìm anh...Súng vẫn nổ. Không ai biết điều chi sẽ xảy đến, dù chỉ trong vài phút tới.

Ngày...tháng...năm...

Đã qua nửa tháng giêng. Mình vẫn bặt tin nhau. Tình hình chiến sự ngày càng gay gắt. Mỗi buổi chiều, cứ đúng bảy giờ rưỡi tối, thầy mẹ và em chui xuống gầm bộ ngựa gõ, chụm đầu lại để giỏng tai nghe tin tức của Đài BBC. Tám giờ tối thì có émission tiếng Việt của đài VOA. Những trận đánh đang diễn ra khắp nơi.

Trong số những người đóng quân trong vườn, tình cờ em quen o Lê. Mỗi buổi trưa em thường xuống bếp sắc thuốc Bắc cho mẹ. Một hôm, có tiếng nói vọng vào từ bên giếng:

- Chị sắc thuốc làm em nhớ mạ em. Khi mô sắc thuốc mạ em cũng dặn cứ để cho thuốc sôi âm u.

Em ngạc nhiên vì cách dùng chữ. "Sôi âm u", chữ "âm u" nghe hay quá. Đứng ở khung cửa bếp là một cô gái trẻ, hai bím tóc cuốn gọn thả chấm vai. Sau này em mới biết tên cô là Lê, đồng đội hay gọi là "o Lê". Lê có đôi mắt vui, khuôn mặt hiền hậu.

Có hôm Lê nán lại ngồi chơi với em lâu hơn. Kéo tay áo dạ lên, Lê khoe với em chiếc vòng đan bằng chỉ thêu đủ màu.

- Em làm hai chiếc. Chiếc tê thì em mang cho anh ấy trước hôm anh thoát ly.

Lê quay ra nhìn cây khế sau vườn:

- Tụi em hẹn ngày hòa bình về lại sẽ cưới nhau.

Nắng trưa xôn xao trên vũng nước đọng bên giếng. Đó là lần cuối em gặp Lê. Những người lính đóng quân trong vườn nhà em đã bắt đầu rút đi.

Sáng nay có bác Gạo ghé qua báo cho thầy nhiều tin đồn mới. Có nhiều trận đánh trong Đại Nội. "Thầy X., giáo sư trường trung học Bồ Đề, đi theo Mặt trận, chừ thấy có về, râu dài tới rún..." Tin chuyền tai chị Ái, dược sĩ, có tiệm thuốc tây bên ngoài cửa Thượng Tứ bị chết vì nhà bị trúng bom. Anh chàng Bossu chuyên chơi đàn và đánh trống nhà ở gần rạp Bà Tuần cũng chết rồi...

Ôi Timmy, anh có làm thế nào để đến được MACVY không?

....

Ngày...tháng...năm...

Hôm qua đã có phà bắc tạm trên sông Hương, nối đoạn cầu Trường Tiền bị gãy. Buổi sáng, cả nhà quá mừng lúc thấy anh chị Văn đang đi vào ngõ. Mẹ nắm tay chị Văn, ứa nước mắt. Chị không còn dáng khuê các thường ngày. Đôi mắt chị thâm quầng. Tóc anh Văn như càng bạc nhiều thêm. Anh chị ghé qua vội vàng vì còn phải thăm vài nơi để về cho kịp trước mười hai giờ trưa là giờ giới nghiêm. Lúc sắp đi, chị kéo em vào phòng:

- Hiên, chị nói chuyện ni.

Hai bàn tay em rịn mồ hôi.

- Timothy mất rồi. Chiều mồng hai Tết.”

***

Chị Sophia đón tôi ở sân bay. Như trong thư chị viết, lần đầu tiên để nhận ra nhau, chị sẽ mặc áo khoác nâu và quàng chiếc khăn len màu đen tôi đan tặng chị. Còn tôi, mang sợi dây chuyền cùng chiếc thánh giá bằng bạc của mẹ chị ngày xưa. Chị Sophia ôm tôi, hai mắt đỏ hoe. Sự ân cần của chị khiến lòng tôi rưng rưng.

- Hôm nay có con gái chị về trông mẹ để chị đi đón Hiên.

Chị Sophia nói chuyện dịu dàng như Timothy.

- Bây giờ mẹ không còn nhớ gì. Thế là may đó Hiên à. Dường như mỗi ngày mẹ đều kể cho chị nghe một câu chuyện, đâu từ thời xa xưa lắm rồi. Chị biết kể xong là mẹ chẳng còn nhớ.

Kỷ niệm như bóng nắng đi qua trên bức tường ký ức. Sáng lên đó rồi nhạt nhòa. Chắc bà cũng chẳng còn nhớ ông tặng bà món quà gì sau lời tỏ tình thuở họ hai mươi tuổi. Kỷ vật ấy, sau này bà trao lại cho Timothy. Đêm ở vùng cao nhiều gió. Trong không khí quyện ẩm hơi nước có lẫn chút vị mặn của biển. Lâu lắm tôi không đi ra ngoài. Vài ngôi sao bé xíu như những hạt bụi bằng bạc giữa lòng trời khuya mênh mông. Mảnh trăng khuyết chơi vơi bên một góc núi.

Chúng tôi về đến nhà cũng đã quá nửa đêm. Khu vườn nhà chị ngập mùi hương dạ lý. Tôi chạnh nhớ chị Nhã Nam. Không phải chị hát mà như chị đang tâm sự. "...Đêm thơm không phải vì hoa mà bởi vì ta thiết tha tình yêu thái hòa..." Tiếng hát ấy đã về với đất. Cả nhà chị chung một số phận khi căn hầm bị trúng đạn pháo kích.

Còn Timothy, người ta tìm thấy anh phía sau An Lăng. Hôm tiễn quan tài anh ở phi trường Phú Bài, bác Hữu, đại diện Ty, cho tôi đi cùng với bác. Mùi thuốc khai quang hắc, nồng theo gió bay về từ dãy núi phía tây. Nắng trưa khô khốc. Hai con mắt tôi ráo hoảnh.

Ngày ấy, phải chăng tôi là vết nứt của quả đất vừa khép lại sau cơn địa chấn, đã ôm cả bão tố vào lòng mình ? Ôi chiến tranh có biết chăng mỗi trái tim đau thương đều mang nhiều vết cắt sâu?

Cửa sổ phòng khách nhà chị Sophia còn ấm ánh đèn. Claire, con gái chị, mang giúp tôi chiếc va li nhỏ vào nhà. Cô bé cũng không quên mời tôi tách trà chamomile nóng.

- Auntie đi đường có mệt lắm không?

Claire hỏi han tôi như với một người thân đi xa trở về. Nhưng lúc trò chuyện, vẫn thấp thoáng trong mắt cô bé cái nhìn của nhà khảo cổ. Với Claire, có thể tôi là mảng trầm tích lạ lùng vừa được khai quật lên từ lòng đất. Tóc của Claire cũng màu hạt dẻ.

Chị Sophia giới thiệu với mẹ, tôi là bạn của chị.

Mỗi ngày từ sáng sớm, chị đã giúp mẹ chải đầu. Tóc của bà mảnh như tơ. Bao giờ chị cũng vấn cao mái tóc bạc trắng của bà rồi cài bằng chiếc lược giắt bằng ngà.

Chị Sophia nói nhỏ với tôi:

- Timothy tặng cho mẹ trong lần về phép đầu tiên

Như chợt nhớ ra điều gì, bà quay lại hỏi chị Sophia:

- Bao lâu nữa thì Timmy về hả con?

Giọng nói của bà ấm áp. Chị Sophia nói lảng:

- Con đi hâm sữa cho mẹ nhé!

Như thế là bà đã quên câu hỏi về Timmy. Căn phòng của bà có cửa sổ quay về hướng tây. Mỗi ngày bà vẫn ngồi trên chiếc ghế lắc bằng gỗ của bà ngoại chị, chiếc ghế dễ chừng đã gần trăm năm. Chị Sophia kể mẹ chị thường trầm ngâm ngắm nắng vàng cho đến mãi khi trời tối. Dường như trong thứ ánh sáng huyền hoặc ấy, kỷ niệm trở nên tuyệt vời như chiếc bánh tẩm mật ong vàng óng. Quá khứ và hiện tại trong bà không có biên giới.

- Con biết không Sophia, lần đầu tiên cha của con nắm tay mẹ, trái tim mẹ run như bụi hương nhu gặp gió. Ôi thật buồn cười!

Đôi mắt bà trở nên mơ màng. Như ông vẫn còn quanh đâu đây và bàn tay của bà vẫn còn quyện hơi ấm của mối tình đầu. Dường như bà đã quên rằng sẽ chẳng bao giờ ông còn trở về.

Hôm ấy, một ngày tháng chín. Ông Jean, người phát thư duy nhất trong làng, đến tận trường tìm bà.

- Cô Tanya, may mà gặp cô ở đây!

Bà dấu bức điện mang tin dữ vào túi áo, tiếp tục dạy học cho đến cuối buổi. Không một giọt nước mắt. Trống trường điểm, chị Sophia đến chờ mẹ bên cửa lớp. Chị vẫn còn nhớ sao hôm ấy mẹ lại kéo chị đi nhanh. Ngang qua nhà bà Rose, mẹ vào chào bà rồi ẵm vội Timothy về nhà. Mẹ dọn bánh mì và món khoai tây hầm với một nhúm nhỏ thịt bò cho hai chị em. Buổi trưa, mẹ dỗ Timothy ngủ trên tay mình. Mẹ không hát bài Menuet cho Timothy như thường ngày mà mẹ khóc lặng lẽ cho đến chiều tối.

Sau hôm đó, chị Sophia thích nhất là mẹ sắp lại phòng ngủ chung cho cả ba mẹ con. Chị không còn thấy sợ những hôm trời giông gió. Đôi lần choàng dậy giữa khuya, nhìn sang giường bên, mẹ còn thức đọc sách. Sophia yên tâm nhắm mắt ngủ lại. Mẹ là một mặt trời dịu dàng của hai chị em. Bên phòng làm việc cũng vậy, bàn học của chị được kê gần nơi mẹ ngồi chấm bài. Chị thấy mình lớn hẳn khi nhìn Timothy bò quanh trong cái nôi đầy đồ chơi của nó.

- Cái chuồng ấy bố làm từ lúc mẹ chưa sinh chị.

Timothy thích nhất con ngựa bằng gỗ có bốn bánh xe ở chân. Bố cũng làm đấy Hiên ạ.

Bây giờ nó đứng một mình trên bệ lò sưởi. Nước sơn lâu ngày bạc màu và tróc đi nhiều mảng nên trông con ngựa thật buồn cười.

Không biết tôi đã ngồi lặng bao lâu nơi chiếc bàn học ngày xưa của anh. Có bó hoa hương nhu khô chưng trong bình thủy tinh trong veo hình khối chữ nhật. Bên trên mấy cuốn tự điển dày là bức hình ngày cưới của ba mẹ anh và tấm hình nhỏ màu trắng đen của anh. Anh đang đứng quay mặt nhìn biển. Chiếc hộp đàn violin bằng da màu đen đặt bên cạnh bức tranh anh vẽ bằng màu nước ở trên tường. Hình cậu bé mặc áo trắng, bó gối ngồi nhìn trời sao. Đêm biếc xanh.

Trước hôm ra về, tôi gửi lại chị Sophia chiếc hộp kỷ niệm của ba mẹ chị. Tôi chỉ xin chị cho tôi nhận lại món quà tôi tặng Timmy năm xưa cùng tấm hình đen trắng của anh.

Với tôi, không phải anh quay mặt về biển mà anh đang đứng nhìn dòng sông phủ khói sương của tôi. Bên gốc cây phượng già.

(2003)

ĐOẢN KHÚC MELALEUCA

"Eucalyptus forest in Brisbane" - Tố Tâm Bùi 1985

Buổi sáng, không như thường lệ, người con trai gọi điện sớm. Chiều nay chúng con sang ăn cơm với ba mẹ. Chúng con có sửa soạn thức ăn. Mẹ không phải nấu mẹ nhé.

Hoa, mẹ đã cắt vào từ sáng sớm. Hai hôm nay mẹ dấu chậu hoa hồng vàng dưới mái hiên sau nhà, có ba mặt kính che chắn được chút gió lạnh. Cây hoa đầu mùa đông trông tiều tuỵ như một bà lão. Mẹ bật cười nghĩ mình còn tiều tuỵ hơn thế. Mẹ đặt bình hoa tươi trước chân dung của con và em. Tuổi hai mươi, dáng con nhẹ như cánh hạc trong tà áo lụa màu trứng sáo. Nụ cười của con quá đổi dịu dàng khiến mẹ phải đi nhanh xuống bếp khi nghe bước chân của ba đến gần.

Hôm nay mẹ sẽ làm cho cả nhà món ăn ngày xưa con thích. Mít non tươi gửi mua từ Sydney, mẹ đã luộc và xé nhỏ ra. Xưa mẹ chỉ cho con cách trộn mít với tôm tươi mình xào sẵn. Xưa con phụ mẹ rang mè, nướng bánh tráng và cắt nhuyễn rau răm. Con vừa giúp mẹ vừa kể chuyện. Chuyện trường học, chuyện bạn bè của con… Có lần khi nhắc về chương trình piano con đang theo, con nói sao dạo này con lại thích Rachmaninov. Có thể mùa hè sắp tới, con sẽ đàn Concerto Số 2 của Ông (*) với dàn nhạc của trường mẹ ạ. Bên ngoài sắc diện vui tươi của con vẫn ẩn tàng một điều gì mẹ không nói ra được. Từ đó, mỗi khi con học đàn, mẹ thường xếp việc để ngồi đan gần đó.

Buổi chiều anh chị qua dùng cơm với ba mẹ. Không ai nói với ai hôm nay là ngày chi. Chỉ sau khi anh chị về, ba nhẹ nhàng nói hôm nay là sinh nhật của con. Thì ra không ai quên. Ba nhớ mà không dám nhắc, sợ mẹ buồn. Mẹ cũng sợ ba buồn nên chỉ im lặng nấu ăn. Anh con cũng thấu hiểu, không dám khơi lại nỗi đau.

Nhưng nỗi đau vẫn còn nguyên mới. Như con và em mới ra đi khuya hôm qua. Mẹ vẫn sống với những đoản khúc rất buồn của Rachmaninov suốt bốn mươi năm nay đó con.

Buổi tối, vào phòng, ba thắp ngọn đèn ngủ, chút ánh sáng xanh hắt lên bức tranh "Nocturnes". Có hai chú chim nhỏ đang bay trong bão biển. Ba ngồi trầm ngâm bên tranh. Bức tranh bark đầu tiên của ba mẹ làm bằng vỏ lụa cây Melaleuca. Hơn bốn mươi năm nay, qua bao lần di chuyển, bức tranh vẫn ở bên ba, treo phía trên đầu giường ba nằm.

Ban đầu ba vẽ phác nền của "Nocturnes" là bão biển với hai cánh chim đang bay. Không biết mẹ đã mất bao lâu để dán nhiều lớp vỏ lụa ấy chồng thật dày lên nhau để tạo nền cho bão biển. Thiên nhiên thật tài tình! Làm sao những lớp vỏ lụa khác màu nhau ấy lại tạo nên sắc màu tuyệt vời mẹ chưa từng thấy. Chút ánh sáng tái xanh để lại đàng sau, hai cánh chim đang bay dần về phía biển tối. Đôi cánh và đôi chân chim cố ghìm sức để chống trả với lực xoáy của gió. Cánh chim bay cao hơn đang chơi vơi, cánh đã bắt đầu xác xơ, đuối sức. Mẹ bật khóc lúc dán đôi chân chú chim nhỏ chạm vào biển sóng. Ba đến bên, nhẹ nhàng nói để anh giúp em.

Chỉ vài phút sau ba nói bức tranh đã xong. Mẹ có thể làm thêm một chút phần rong tảo trong lòng biển. Ba ra hiên ngoài, đứng lau mắt kiếng.

***

Dạo ấy, anh đi tìm tin tức các con từ mờ sáng. Đón chuyến xe buýt đầu ngày, dừng ngang nhà ga đi Sydney. Anh đến không thiếu một Trung tâm nào có lưu giữ số đăng ký của từng chuyến tàu sống sót. Chút hy vọng mong manh của anh mỏng dần theo từng trang của cuốn sổ dày. Cuối cùng, bao giờ cũng cái lắc đầu và đôi mắt đầy thương cảm của người thư ký. Anh vội cám ơn và bước đi nhanh. Đã bao nhiêu buổi chiều anh đi về tay không. Bậc thềm hắt hiu trong nắng. Tin tức chuyến tàu của hai con đi trước đây một năm vẫn bặt tăm. Cổ họng anh đắng khô. Anh lên được chuyến xe buýt cuối cùng với hy vọng bắt kịp tàu về đến nhà trước trưa mai. Anh ngồi xuống chiếc ghế trống cuối toa. Gió đêm như nhắc nhở điều gì khiến lòng anh đau nhói. Gần cuối năm, thành phố nơi ấy về đêm gió mát lạnh. Lúc hai con ra xe (để đến một điểm hẹn), em vội trao cho con hai chiếc khăn quàng em vừa đan xong. Con gái lau nước mắt nói vội vàng "con sẽ đánh dây thép về chúc mừng sinh nhật mẹ..." Các con anh ra đi như trốn chạy. Trốn chạy và mãi mãi không một cuộc tương phùng.

Và anh biết, ngày mai, em sẽ trùm chăn nằm khóc suốt ngày rồi ngủ thiếp... hay như có hôm đi về, anh thấy em ngồi trong nắng ôm con mèo Mun của Jane, bà hàng xóm tốt bụng. Em không nhìn thấy anh. Em đang nói chuyện với con Mun. Nó nào hiểu em. Nhưng anh hiểu em.

***

Mùa thu đầu tiên nơi xứ người, anh đưa em đến rừng cây lá vàng, đẹp như tranh vẽ. Em không ngớt xuýt xoa, còn anh, dường như anh không chú ý. Anh mải miết đi sang phía cánh rừng không có lá vàng. Toàn cây cao với táng lá xanh như lá bạc hà bên quê mình. Những nơi ngày xưa em đã có đi qua trong năm tháng chiến tranh phía thượng nguồn Sông Bồ để tìm anh. Nhưng anh không hề lưu dấu.

Anh dừng lại bên em, bên cây Melaleuca. Thân cây đổ xuống đất không biết bao nhiêu là vỏ cây. Như cây cũng muốn rủ bỏ hết nỗi ưu phiền từ thiên cổ đã thấm rất sâu trong từng lớp vỏ lụa của mình. Những lớp vỏ mỏng khô còn lại bên ngoài bị gió tướt bật ra khỏi thân cây, lắt lay trong gió thu. Thân cây trông tơi tả như mái tóc rối của một người đàn bà mất trí.

Anh bắt đầu nhặt những mẫu vỏ dày cho vào bao. Anh vừa làm việc vừa nhắc :

- Bà Genevieve đã dạy cho mình cách làm tranh bark bằng nguyên liệu này đây em.

Tâm trí em còn ngẫn ngơ, em nhớ con mèo Mun của Jane.

Anh vẫn lầm lủi chọn và nhặt vỏ cây. Cái bao đã đầy. Em giật mình chạy đến đưa cho anh cái bao mới. Khu rừng thu không một chiếc lá vàng đang dần đánh thức em. Những miếng bark sần sùi trong tay đang nhắc em một điều gì đó. Hốt nhiên, em tự nhủ mình không còn đủ can đảm để đánh cược thêm một lần nữa với số phận. Lòng dặn lòng, em sẽ dặn gia đình con và các cháu hãy ở yên bên ấy. Không đi đâu cả. Hãy chờ. Chờ ba mẹ.

Với người hoạ sĩ, chỉ tấm canvas, cây bút chì và màu, họ có thể lên đường. Với tranh bark thì không. Miếng masonite đã phác thảo giờ để yên một bên. Em soạn ra trên tấm bạt trãi rộng nguyên gian phòng khách bao nhiêu là vỏ Melaleuca.

Mặt trong của vỏ cây dày như một xấp giấy lụa, chiều dày khoảng năm phân. Từng lớp mỏng xếp chồng lên nhau, nhiều màu sắc. Với cây nhíp nhỏ, em tách từng miếng vỏ lụa mỏng tanh, sắp ngay ngắn theo gam màu rồi chọn ra những màu hợp với bức masonite đang chờ trên giá.

Nay em gắn bó với chai keo dán gỗ, cây kéo không thể thiếu, mấy cây cọ đủ kích cở, những cây bút nhiều màu, vài cây nhíp lớn, nhỏ, chiếc dao nhỏ với vết cắt sắt và chính xác.

Những bức tranh bark đầu tiên của em được anh khen, tranh em mang vẻ đẹp của khói sương. Em nhắc lại có lẽ vì

"Lòng xa còn in trời Huế..." (**)

Chúng mình cùng cười, cùng nhớ một chút kỷ niệm xưa.

Bất giác anh quay sang nhìn em. Anh nhận ra hôm nay em mặc chiếc áo màu xanh. Em, một chút ngạc nhiên, xao xuyến. Đã bao năm rồi, mình quên nhận ra nhau ?

- Hôm nay Lễ Saint Patrick đó!

- A... anh quên mất! Hèn chi hôm nay "Greensleeves"!

Một chút cười vui.

"Greensleeves", "Vai áo màu xanh", bản tình ca cả hàng trăm năm của người Irish. "Greensleeves", một hôm cùng xuống thuyền, theo chân những người di dân đầu tiên xuống khu vực Nam bán cầu. Sydney, thế kỷ 18. Họ là những người tù đang thọ án, những người vợ còn rất trẻ, cùng con cái của họ, cũng tình nguyện đi theo, ôm ấp giấc mơ tương phùng nơi đất lạ.

Từ đó, giữa bạt ngàn rừng Melaleuca, theo chân người bản xứ, họ bắt đầu học làm tranh bark cho vơi bớt nỗi nhớ quê xa.

"...Greensleeves was all my joy
Greensleeves was my delight
Greensleeves was my heart of gold..."

Họ không quên "Greensleeves" bên bếp lửa chiều. Họ hát say sưa như một dàn đồng ca trong nhà nguyện, những nốt nhạc thiết tha theo gió bay về lại đất nước sương mù quá đổi xa xôi không còn mơ được ngày về.

***

Những ngón tay của anh chai dần theo công việc làm khung cho tranh bark. Anh đo đạc chính xác từng góc cạnh. Đêm khuya, anh vẫn thức đóng khung, cần mẫn như ông Thánh Giu-Se. Ngày xưa, anh thường thức khuya để duyệt lại hồ sơ cho những phiên toà sắp tới... Những ngón tay cầm bút viết lý đoán để sáng mai còn lái xe về tỉnh sớm, biện hộ trước một phiên toà Đại hình.

Em cũng không còn đứng lớp, không còn giảng những bài thơ cổ đầy nỗi u hoài, không bảng đen, không phấn trắng.

Chúng mình làm việc như hai chú ong thợ. Bạn bè người bản xứ vừa tán thán, vừa pha chút kinh ngạc. Gallery sản xuất và bán tranh bark mở được năm năm. Cũng chưa đủ điều kiện để bảo lãnh con. Phải thêm năm năm nữa.

Sau đúng mười năm, anh và em vui mừng ngồi tính sổ. Như thế nay điều kiện đã đủ. Đón được con cháu sang.

***

Thường em dễ mềm lòng trước bầu trời chiều nhìn ra từ khung cửa sổ rộng. Chiều tà. Lòng em cũng nghiêng xuống. Quá khứ. Kỷ niệm. Em ngồi như thế đến khuya. Rồi từ khuya đến sáng. Ấm trà đã thay mới mấy bận. Quá khứ ẩn tàng trong lòng, nay bước ra, đi, đứng, lững thững như người mộng du.

Hạnh phúc, khổ đau của chúng mình không khác miếng vỏ bark Melaleuca, dày như một xấp giấy lụa, thẩm thấu biết bao ưu phiền. Từ ngày tóc chúng mình còn xanh.

Em mang bức "Nocturnes" ra ngoài phòng khách. Bên nhành hoa lan trắng, hai chị em chim mãi miết bay, đôi cánh xác xơ trong gió. Cánh chim nhỏ đuối sức, đôi chân từ từ chạm sóng biển. Bên em, trong khung ảnh, nụ cười anh thật hiền. Tưởng như chưa bao giờ có ngọn gió rát buốt của định mệnh đã quất ngang qua! Sẽ có một ngày, các con mang chúng mình về biển. Khi ấy xấp vỏ lụa ưu phiền cũng tan nhanh theo tàn tro.

(2024)

(*) Sergei Rachmaninov, Piano Concerto #2 in C Minor
(**) Giáo sư Lê Hữu Mục, "Hẹn một ngày về"

"Lac du soupir" - Hoàng Ngọc Biên

CHIỀU RƠI TRÊN CÂY GINKGO

Lần thứ hai, tôi trở lại Akiko gallery. Cửa hiệu nằm ở cuối dãy con phố dài. Kyoto cuối tháng Hai, tiết trời còn mưa lạnh. Anh đào chưa nở hoa.

Không gian bên trong yên tĩnh, có thể nghe cả tiếng đàn Koto nhỏ xuống từng giọt, nhẹ như mưa, rả rích rơi từ mái lá.

Bà Michiko, chủ tiệm, có vẻ vui khi nhận ra tôi. Tôi xin đến ngắm lại bức tranh "Storm Boy" của hoạ sĩ Abe Hiro. Bức tranh không bán, chỉ để trưng bày trong tủ kính.

Tôi trở lại để thăm đôi mắt của "Storm boy". Đôi mắt ấy đã làm tôi thức trắng đêm qua. Nó khiến cho tôi nhớ một tiếng khóc.

Bức tranh chỉ ghép bằng vỏ lụa của cây Melaleuca, mà sao người hoạ sĩ có thể tạo cho "Storm boy" một đôi mắt kỳ lạ như thế? "Storm boy" ngồi chống cằm, khuôn mặt thông minh, thoáng chút bực tức ở khoé môi, ánh nhìn xa xăm, thất vọng, như đang nhìn thấy giấc mơ đi học của mình như xác những con phù du nằm chết quanh cây đèn dầu mỗi buổi sáng. Không gian của nó đang ngồi, bị vây kín bởi bốn bức vách ghép ván màu nâu. Nâu như cánh hoa anh đào tàn, rơi đầy mặt sông Kamogawa. Phía trên đầu nó là mái gỗ thấp, xếp ngang dọc đây đó một vài khúc tre. Nó ngồi trước cây đèn dầu tù mù, không sách, không giấy bút, cái ly không còn nước, cái chén trống không.

Và ai biết được trong đôi mắt ấy đang thao thiết chảy qua giòng ký ức thẳm sâu của một tuổi thơ bất hạnh?

Bà Michiko đến bên tôi với cuốn album, bìa và gáy đã cũ sờn. Bên trong có hình hoạ sĩ Abe. Khuôn mặt ông thật bình yên. Nét thông minh tìm thấy ở đôi mắt lớn, một mí của ông. Khi ông cười, nụ cười đôn hậu của ông như còn giữ lại ở cuối đuôi mắt.

Bà Michiko chỉ nói khẽ khàng :

- Hiro có một tuổi thơ không mấy vui. Sau này nhiều lần ông về lại quê xưa tìm gia đình nhưng không còn ai biết. Nhất là sau hai biến cố ở Hiroshima và Nagazaki. Ông mất đã ba năm nay.

Năm Hiro lên bảy, một buổi sáng mùa hè, nó được theo mẹ đi chợ rất sớm. Trên đường, mẹ ghé vào một quán nhỏ bên sông mua cho con chiếc bánh Kagami-mochi. Bánh làm bằng bột gạo trắng phau, ghép thành một đôi, miếng nhỏ xếp lên trên miếng lớn. Ôi miếng bột dai, mềm, nhân đậu đỏ tán nhuyễn còn ấm, ngọt bùi, tan nhanh trong miệng thằng bé! Được nắm tay đi bên mẹ, nó thầm ước cho con đường quê cứ dài mãi ra.

Đến nhà ông Kenzo, Hiro được cho ra vườn chơi với thằng Chikao. Chơi mãi đến trưa đói bụng chạy vào tìm mẹ. Không ngờ mẹ đã đi về. Thằng bé hốt hoảng, thảng thốt khóc, những mong mẹ có nghe tiếng nó thì quay lại. Hồi lâu, sợ ông Kenzo, nó úp mặt khóc trong cánh tay, mùi bánh thơm còn vương quanh má.

Trong làng, ông Kenzo là một người giàu có.

Từ sau hôm bị mẹ bỏ quên, không mang nó về nhà, công việc của Hiro mỗi buổi sáng là quét dọn sạch nhà cửa, tưới hoa, nhổ cỏ. Lúc mặt trời đổ bóng bên cây Ginkgo, Hiro vào hâm nóng cơm và thức ăn trưa ông Kenzo đã làm sẳn, trước khi Chikao đi học về.

Buổi chiều là khoảng thời gian thần tiên nhất đối với Hiro. Nó phải đứng quạt muỗi cho Chikao tập viết, học bài. Có nhiều chữ nó đã được cha dạy cho lúc còn ở nhà. Ông đã mất một chân trong chiến tranh Nhật-Trung ở Mãn Châu. Suốt ngày ông chỉ quẩn quanh bên góc chiếu ông ngủ. Và ông dạy nó học. Nếu biết nó ở đây, ông cũng làm sao đi tìm nó về được?

Nhớ đến cha, Hiro ứa nước mắt.

Ngày một ngày hai, đứng quạt muỗi cho Chikao được chừng ba năm, Hiro cũng học theo được từ những bài tập ở nhà của Chikao. Nó tập viết và học bài lúc Chikao ngủ trưa. Những hôm trời mưa phải mang dù ra ngoài trường đón Chikao, nó được nhìn thấy thầy Kyoshi. Tiếng nói ông vang vang, lớp học im phăng phắc. Dáng người ông cao lớn. Bộ áo dài đen bên trong, khoác ngoài chiếc áo Kimono màu nâu, thắt dây lưng màu đen, trông thầy Kyoshi oai nghi như tượng ông Thần ngoài Chùa Làng. Hiro ước ao phải chi trưa nào trời cũng mưa!

Năm nay Chikao học lớp Hai.

Hôm ấy, ông Kyoshi đang dạy về thơ Haiku. Đứng ngoài hiên mưa, nó nhẩm theo thầy :

" Bài thơ Haiku có 3 câu,

câu 1 viết 5 từ

câu 2 viết 7 từ

câu 3 viết 5 từ ..."

Trên đường về, Chikao băn khoăn về thơ Haiku và cũng là bài tập ở nhà của nó chiều nay.

Hiro hỏi:

- Ông thầy dạy bạn viết gì trong Haiku?

- Về thiên nhiên, bốn mùa...

Cơm trưa xong, Chikao không chịu đi ngủ. Nó hỏi Hiro biết gì về thiên nhiên.

- Thiên nhiên là vườn quanh nhà bạn, có cây Ginkgo, cây trúc, hoa Fuji, hoa anh đào, hoa Tsubaki...

Chikao yên tâm đi ngủ trưa. Có con thằn lằn chắt lưỡi trên đầu hồi.

Dọn rửa bát chén xong, Hiro đi làm bài tập. Nó không quên đem con thằn lằn vào bài thơ Haiku của nó:

*"Chiều rơi trên Ginkgo
Nhớ mẹ, thằn lằn đi ngủ sớm
Anh đào im thôi nở"*

Bây giờ tôi mới hiểu vì sao trong tủ kính, bên cạnh bức tranh "Storm boy", lại có bình mực nhỏ xíu bằng gốm cổ màu lam và nhánh trúc Ikebana màu xanh, dáng thanh như cây viết trong giấc mơ đi học của thằng bé.

***

Đôi mắt của Storm boy trong bức tranh của hoạ sĩ Abe Hiro đã khiến cho tôi nhớ đến một tiếng khóc. Tiếng khóc của ông tôi.

Tôi sắp kể câu chuyện về tiếng khóc ấy, đã rất xưa, xưa lắm!

Thuở ấy, trong làng, ai cũng gọi ông tôi là "thằng Côi", "thằng Côi không có mạ".

Thằng Côi mất cha năm lên bảy tuổi. Cũng như Storm Boy của hoạ sĩ Abe Hiro, thằng Côi rất thèm được đi học.

Sau khi cha chết, một ngày làm việc của thằng Côi dài lắm.

Sáng sớm phải qua dắt trâu nhà Ôn Trợ lên ăn cỏ gần trên đồng Liễu Thượng. Trưa trả trâu về, được cho cơm ăn. Buổi xế, đi lo tiếp cho hai trâu nhà Ôn Khoá Diếp. Đánh trâu về, chiều đã nhá nhem. Hôm nào được ăn chén cơm với cái đuôi cá nục kho khô là mừng lắm.

Về nhà, dì Gái đang cho con Bê ngủ.

Dì hỏi vọng ra từ trong mùng:

- Ăn chi chưa?

- Dạ rồi dì.

- Tưởng chưa thì có cơm với dưa môn kho trên bếp.

Ngọn đèn dầu leo lét cũng soi thấy cái trách cá kho dì Gái bỏ trong chiếc gióng con, treo trên giàn bếp. Dì hay nói "sợ mèo ăn".

Khi thằng Côi lớn lên, dì Gái đã có mặt. Dì lớn tuổi, không chồng nên Ôn Trưởng họ tác hợp cho cha thằng Côi đang "gà trống nuôi con". Dì Gái ít nói. Căn nhà buồn thiu. Chỉ có tiếng người khi con Bê khóc. Mỗi lần dì đi chợ, thằng Côi phải giữ em.

Lúc cha dạy học, con Bê bò quanh chiếu. Ông viết chữ trên nền đất, trước bàn thờ. Thằng Côi tập viết theo. Viết rồi xoá, xoá rồi viết lại. Học đến từ nào, cha giảng tường tận nghĩa của từ ấy. Cha còn dạy cẩn thận cách viết sao cho đúng từng nét, từng chấm.

Dắt trâu ra đồng vào sáng sớm mưa lạnh mới thấy thấm thía cái đói. Thằng Côi nhớ cha hay nói "đói sa mạc". Không tìm được cả ngọn lá hay cọng cỏ xanh để nhai giữa cánh đồng nước.

Mỗi lần nhắc đến cha, lòng thằng Côi thật buồn. Buồn như khi nghe tiếng ve râm ran trưa hè, học trò trong làng nghỉ học. Chúng chơi từ sáng tới trưa, chơi chán thì rủ nhau ra sông Hương Cần mà tắm.

Hết hè, chúng lại đi học. Ngẩm cho cùng, ngày hai buổi giữ trâu của thằng Côi chỉ đổi được hai bửa cơm ăn. Tôi thầm nghĩ phải chi ông tôi ngày ấy, cũng được đứng quạt muỗi cho thằng Chikao học như hoạ sĩ Abe.

Thằng Côi không sao học được thêm chữ mới từ ngày cha mất. Ngồi trên lưng trâu, Côi như nhìn thấy chữ của cha đang viết trên mặt nước lụt mênh mông:

"Hỗn mang chi sơ
Vị phân thiên địa
Bàn Cổ thủ xuất
Thuỷ phán âm dương ..."

Thế là nó gào thật to một bài học cũ, sợ có ngày sẽ quên. Tiếng nó tan nhanh trong gió. Cánh đồng mưa chỉ có mấy chú cò, ba con trâu đen với thằng Côi. Chiếc tơi lá tả tơi, xoay quanh chiều nào cũng bị ướt.

Thuở còn cha, nó không phải là thằng Côi như bây giờ. Ông thường gọi nó là thằng Minh. Nó vẫn nhớ cha kể, sau khi đã đậu qua kỳ thi Khảo Hạch, năm ấy, ông đi thi Hương, Kỳ Một. Nếu thi đậu, được vào trường, hàng tháng ông sẽ được phát cho một đồng tám hào. Có tiền nuôi nó ăn học.

- Rứa cha có đi thi không?

Cha lắc đầu nói, con mới sinh được năm tháng, còn nhỏ quá, cha không đi thi.

- Rứa lúc nớ mạ ở mô ?

Câu hỏi ấy, ông tôi, là thằng Côi, chẳng bao giờ được cha trả lời.

***

Giữa trưa, vừa đem quyển thi lên Quan Trường lấy dấu nhật trung về, người lính canh đến báo:

- Chú học trò có lệnh lên hầu Quan Chánh Chủ Khảo bên nhà Tân Thơ Viện.

Đến nơi, được Ngài Chánh Chủ Khảo phán:

- Gia đình học trò tới báo có việc gấp phải về.

Học trò nộp quyển lại đây. Chờ ba năm nữa, trừ khi có đại tang Cha hoặc Mẹ thì không được, còn nếu việc nhà yên ổn, học trò có thể tiếp tục đi thi lại.

Nghe xong, ông điếng người. Không biết có chuyện chi đây.

Ông lặng cúi đầu vái Quan Chánh Chủ Khảo rồi lui ra.

Cổ họng đắng khô. Ông bước đi, chân như hỏng đất.

Ra tới bậc thềm đá cao, ông ngạc nhiên thấy bên phía bờ sông, vợ ông đang bồng con, ngồi dưới cội tùng già.

Ông băng vội qua đường, ống quyển đeo trước ngực. Vai trái, gánh gói lều, chiếu, cuộn tròn khá kỷ, buộc thêm bên ngoài cây đèn và chai dầu lửa. Ông đã sửa soạn cho đoạn đường đi bộ về nhà xa hơn cả mười cây số.

Chưa kịp nhìn thằng con đang ngủ say, người vợ đã trao con cho ông.

Ông bối rối. Ông sửng sốt. Chỉ một tiếng "Mình" ông thốt ra cũng nghẹn lại trong cổ. Người vợ im lặng một lúc, cúi xuống bên con, rồi nói vội:

- Mình tha tội cho tui. Một đường đây liên lạc với sĩ phu Cần Vương bị lộ. Tây đang truy lùng. Tui phải đi tránh.

Hai con mắt thiếu ngủ của ông đỏ ngầu, bắt đầu ngấn nước. Đêm hôm kia, ông đi gặt thuê, về muộn. Ông lo nấu mớ khoai sắn mới vừa đem về, rồi lăng xăng sửa soạn lều, chiếu, đồ đạc… Vừa ngã lưng thì gà đã gáy.

Đến trưa hôm qua, ông mang theo mấy củ khoai còn lại vào Trường thi. Ông đưa cho vợ năm xu và dặn có mấy lon gạo mới xay để trong lon bơ, nhớ nấu mà ăn. Ông vào nhìn con rồi ra đi vội vàng. Phải có mặt sớm trước giờ cổng Trường thi mở. Ông theo số phiếu báo danh, đến đúng Vi đã được qui định cho mình. Cắm lều xong, ông thắp đèn lên rồi mài mực. Ông chợt thấy bóng mình trên tấm phên tre, răng mà buồn hiu buồn hắt! Ông cầu mong chữ nghĩa Thánh hiền sẽ giúp ông qua được cái cầu nghèo khổ. Ông âm thầm thương vợ thương con. Ông lầm lủi như con chim bồ nông đi tìm miếng ăn ngoài đồng cả hai mùa mưa nắng.

Ông đẩy ống quyển ra sau lưng, sửa lại cái gánh bên vai trái rồi đưa tay ra bồng con. Người vợ đưa thêm cho ông gói đường cát nhuyễn gói trong lá chuối dặn ông pha cho thằng bé uống và năm hào để ông mua gạo nấu cháo cho con.

- Xã, Huyện có tra khảo về tui, mình cứ nói tui đi theo trai để cho được yên!

Giọng người vợ run run:

- Cùng lắm mình cứ ký giấy "để" tui!

Nói xong, người vợ khóc, quay lưng đi nhanh, cắp bên tay trái chiếc nón lá có buộc sợi dây chuối khô làm quai. Chiếc áo dài vải nâu bạc thếch, tóc búi củ tỏi, chân đi đôi guốc gỗ mức.

Đến gần khúc quanh Đồi Thiên Mụ, có O bán chè gánh từ trong đường xóm đi ra, cất tiếng rao vừa đủ nghe, như tiếng con ve ri đang buồn ngủ trên nhánh phượng :

- Chè đậu xanh, đậu ván !

- Có đậu ván nước không O?

- Có !

Họ trao nhau đúng mật khẩu.

Từ đó bà Cố tôi đi theo O bán chè đậu ván nước!

***

Ngày bà Cố tôi trở về, "thằng Côi" đã năm mươi.

Sự trở về, im lặng, ngậm ngùi, như một vết thương.

Trong nhà, ai cũng chỉ biết bà đem giao con cho ông Cố tôi lúc ông đang đi thi Hương. Về sau do buồn mà ông chết sớm. Nhưng không ai biết vì sao hôm giỗ đầu ba thằng Côi, ôn mệ ngoại lên thăm, có ý xin đem nó về nuôi. Hôm ấy, thằng Côi mừng trong bụng hung lắm mà không dám nói ra. Lúc mệ ngoại nói chuyện với dì Gái, nó đi theo ôn ngoại đến nhà ôn Trưởng Họ rồi đi ra thăm mộ cha. Bao giờ thắp nhang cho cha, nó cũng van vái cha phù hộ cho nó được đi học.

Sau hôm ấy, thằng Côi theo ôn mệ ngoại về làng Thuận An.

Ôn biểu kêu hắn là thằng Minh như tên cha đã đặt.

- Chơ kêu chi mà nghe côi cút tội nghiệp!

Cũng như việc đem thằng cháu ngoại về ở với ôn mệ, chỉ một mình ôn ngoại biết. Con Miên, mất tăm tích gần cả mười năm, trở về nhà một đêm gần sáng. Đừng cho mạ biết mạ khóc rồi lộ công chuyện của con.

- Con nhờ chú mạ đem thằng Minh về nuôi, cho hắn đi học dùm con. Cha của hắn chết gần giáp năm.

Ôn ngoại nghe mà mủi lòng, nằm trông trời mau sáng.

***

Trở về, bà Cố sống một mình trong gian nhà nhỏ ở cuối vườn. Chưa bao giờ tôi thấy bà bước vào nhà trên của ông bà nội. Bà đi lại ngoài sân vườn, lặng lẽ như một cái bóng.

Mỗi buổi sáng, bà ra vườn cắt lá chè xanh để nấu nước. Tôi còn nhớ bà Cố tôi pha nước chè rất công phu. Trong khi chờ ấm nước sôi, bà rửa sạch lá chè, vò lá cho mềm ra, bỏ vô cái bình lớn, thêm một củ gừng đã giả nhỏ. Chế nước sôi vô bình xong, bà chờ khoảng nửa tiếng cho nước thấm lá chè.

Sau đó, bà Cố lọc nước chè qua cái bình tích, đặt trong cái ấp. Như thế nước sẽ được giữ ấm suốt ngày.

Nếu tình cờ ông tôi xuống bếp, thì đó là khoảng thời gian hai mẹ con nói chuyện. Chắc chỉ được vài câu là cùng. Khi nghe có tiếng chân ai đến gần, ông tôi bưng bình nước sôi lên nhà trên.

Nấu xong nước chè, bà đi quét lá. Bà quét sân trước sân sau sạch hết lá mít rụng. Bà gom lá rụng đem vào sau nhà bếp.

Như thế là xong việc trong ngày của bà.

Ngày còn nhỏ, mỗi khi về nhà Nội, tôi hay đi theo bà Cố qua nhà bà ở cuối vườn. Bà Cố tự nấu cơm, kho cá. Hôm nào trong nhà có giỗ, bà Cố có thêm được chút thức ăn ngon.

Nhiều lần tôi được ngồi với bà Cố lúc bà dùng cơm. Cơm bà nấu trong cái om Một nhỏ xíu. Trách cá cũng nhỏ, kho đủ ba, bốn khúc, thêm vài trái ớt chín, quánh nước màu đường vàng óng, nhìn vào là thấy đói bụng.

Lúc ăn cơm, bà Cố hay nghẹn. Mỗi lần ngồi yên nhìn ra vườn, bà Cố hay chảy nước mắt. Tuổi nhỏ ngây thơ, tôi hỏi :

- Vì răng bà Cố khóc?

Vừa lau hai con mắt với chiếc khăn ca rô màu xanh cũ kỹ, bà Cố nói:

- Cố hay chảy nước mắt sống.

Nói xong bà quay sang cười với tôi. Hai con mắt bà Cố đỏ hoe.

Một lúc sau, bà đã quên có tôi bên cạnh. Bây giờ bà Cố là O Miên. O Miên ngồi nhìn sững cây sầu đông ở cuối vườn. O Miên còn nhớ như in lúc trao cho chồng đứa con đang ngủ say bỗng giật mình khi rời vòng tay ấm của mẹ. Dường như cả một chuỗi ký ức thác ghềnh về nương náu trên tàng lá xanh đầy gió. Từ hôm đi theo O bán chè đậu ván nước, cuộc đời O Miên ngược xuôi theo những chuyến ghe thương lái chở hàng vô ra xứ Quảng. Hàng của O Miên mang theo bao giờ cũng tuyền là thư và tin.

Ngày bà Cố tôi mất, cây trong vườn đều mang tang. Khu vườn đã có nhiều lá rụng. Không còn tìm thấy tách nước chè thơm gừng, màu xanh trong veo.

Tôi không hề quên tiếng khóc của ông tôi buổi tối về nhà, sau khi đưa đám bà Cố. Bà nội tôi cùng con cái hoảng hốt, chạy đến bên nhưng ông vẫn không dừng khóc.

Tiếng khóc, tiếng nấc khiến ai cũng lặng người, nghe thảm sầu, tức tưởi, như đã cất dấu cả trăm năm trong lòng núi.

(2024)

"Sông Seine" - Hoàng Ngọc Biên

BẢN GIAO HƯỞNG CÂM

Thôi thì cứ gọi thầy ấy là Thầy Sáu.

Từ ngày về lại Dòng, thầy chăm lo phần việc giúp lễ cho các linh mục.

Từ sáng sớm, thầy đã ra vườn cắt hoa vào thay ở các bàn thờ. Không ai chú ý việc thầy vẫn chờ người đưa báo mỗi buổi sáng. Anh ấy chạy ngang, ném tờ báo vụt qua cánh cổng. Hôm nào rảnh rỗi và nhận ra thầy thì anh vẫy tay chào. Có lẽ đó là câu tiếng Việt duy nhất thầy nghe, đã từ lâu lắm. Và thường thầy hay đứng nán để chờ cho hai chấm đèn đỏ khuất sau rặng thông non của nhà nguyện. Trời vẫn chưa sáng. Chiếc xe ấy sẽ xuôi về phố, nơi có con kênh nước trong veo soi bóng những cây sồi già. Vâng, nơi ấy, gần tháp chuông cao trên đầu có con gà trống xoay theo hướng gió, băng qua chiếc cầu đá cũ là...

Thầy khẽ thở dài. Thầy không biết nơi ấy gọi là gì. Thầy cho tay vào túi áo tìm tràng hạt. “Lạy Chúa, xin cho con một ngày bằng an. Con biết sáng mai chim vẫn hót trên cành cao, hoa huệ vẫn nở trắng ngoài đồng, mà sao lòng con đôi khi vẫn chưa tìm thấy được sự bình an?”

Hôm nay chưa đọc xong phần Khải Huyền của Thánh Yoan thì có chuông báo thầy có khách. Khép hờ cánh cửa phòng, thầy xoay lưng đi nhanh, bước qua khoảng sân đầy bóng nắng. Chắc là Chân Như, con gái của ta. Không thể là ai khác... Trong thư con có nói khoảng tháng nầy là nó về thăm... Thầy nghe trong đầu mình ù lên cả ngàn vạn tiếng ong. Chân bước vội nên mấy lần thầy suýt vấp ngã. Ôi, mới nghĩ đến hai chữ vấp ngã thôi mà ngực thầy đã nhói đau.

Cô gái trẻ đứng chờ thầy tận ngoài bậc thềm. Đúng là Chân Như. Thầy đã nhận ra cái bóng cao khều của nó từ xa. Thầy cuốn lên vì nỗi vui gặp lại con. Thầy cũng cuốn lên vì bao nỗi niềm đang như ngọn triều dâng nhanh mỗi lúc mỗi cao trong lòng thầy. Mình phải bước chậm lại và giữ hơi thở đều để chế ngự sự xúc động. Không thể để cho con ta thấy những giọt nước mắt của ta.

Giữa trưa, tiếng "ba" của cô gái reo lên nghe vui như tiếng chim. Chân Như có đôi mắt cười thông minh và thật thà.

- Ba khỏe không ba?

- Hồi này con thấy ba ốm hơn...

Vẻ quấn quýt của con gái giúp thầy bình tĩnh. Đứng phía sau Chân Như là Thiên Ân. Vẫn như bao giờ, người thanh niên lễ phép chào thầy. Nụ cười trầm tĩnh và đôi mắt nghiêm sau cặp kính trắng. Anh có khuôn mặt của một vị linh mục. Thế còn ta, ta đã chẳng từng sắp chịu chức rồi đó sao?

Thầy xao xuyến nghe con gái nói về đủ thứ chuyện, kể từ lần gặp trước. Thầy còn nhớ ngày nó mới sanh ra đỏ hỏn, ôm con trong lòng, thầy đã nguyện xin cho thầy được đi theo giúp đỡ và chăn dắt nó suốt cuộc đời thầy... Mà thôi, có bao giờ ai bảo thôi sông ơi đừng chảy? Vô tình, thầy phác bàn tay trong không khí như để xua đi những điều thầy đang nghĩ. Chân Như ngừng nói.

- Thưa thầy, hôm nay con lên đây để xin thưa với thầy...

Giọng Thiên Ân đều đều và thành khẩn như đang đọc Phúc Âm.

- Tháng Sáu sắp tới Chân Như tốt nghiệp, chúng con xin phép làm lễ cưới vào Tháng Tám, thưa thầy.

Nói đến đây, Thiên Ân đâm ra lúng túng. Chân Như bật cười. Nét mặt thầy thư giãn.

Thầy thấy nhẹ lòng. Giọng Chân Như vui như tiếng hạt chuông:

- Chúng con nhờ ba lo cho chúng con thánh lễ của đám cưới. Mẹ có nói mẹ sẽ lên gặp ba để bàn thêm.

Thầy cảm thấy như trời chợt trở gió. Thầy ngồi lặng, khẽ khàng hít vào một hơi thật sâu, tay níu vào thành ghế. Vẻ hân hoan của con gái thêm một lần nữa giúp thầy bình tĩnh...

Nếu trước đây tôi gọi em là bản giao hưởng của tôi thì Chân Như là nốt nhạc cuối cùng của tôi còn sót lại trần gian. Nó sắp đi qua chiếc cầu muôn thuở của loài người. Sắp đi qua vòm cổng có hoa và lời chúc tụng. Nơi mà khi chiếc nhẫn đã trao vào tay thì cứ ngỡ là vĩnh viễn. Nơi mà khi lời Chúa được đọc lên tưởng như lời ấy tự hằn ngay trên đá:

"Điều gì Thiên Chúa đã kết hợp, loài người không thể phân ly."

***

Đối với mẹ tôi, tôi là “hạt giống rơi vào đất đá.” [1]

Tôi mất cha từ nhỏ. Vì sợ không dạy dỗ được con nên mẹ gửi tôi vào Dòng, lòng thầm mừng đã mang được hạt giống đi gieo ở vùng đất tốt.

Tôi được dạy về điều công chính, về lòng từ ái, về đức vâng lời, đức khiêm cung... Tôi lớn lên như nét ngay, sổ thẳng của bài tập viết vỡ lòng nhưng cuộc đời thì không bao giờ như bài tập viết ấy. Nhà Dòng là nơi trú ẩn của tâm linh tôi. Cho đến một hôm, sau buổi họp khẩn của linh mục Bề Trên, các linh mục trẻ phải sửa soạn dời về dòng chính, còn các Thầy tạm về ẩn tu ở nhà của gia đình. Từ đó Nhà Dòng trở thành bệnh viện của huyện.

Tôi về ở với mẹ tôi. Sống và cầu nguyện trong niềm hy vọng chờ ngày được chịu chức. Tôi tìm một công việc tạm sống qua ngày. Ngoài ngày hai buổi đạp xe đến chỗ làm, tôi còn cùng với các bạn trong nhóm từ thiện đi viếng thăm, giúp đỡ những người đau yếu. Đôi khi chúng tôi phải mang phẩm vật và tiền bạc đến cho đồng bào thiểu số ở cao nguyên. Được hội nhập, với tôi là niềm vui. Việc nặng tôi không từ nan, bạn bè nào khó khăn tôi sẵn sàng chia sẻ. Tôi được tin cậy, được thương mến.

Tôi sống mỗi ngày bằng vọng âm của lời Thánh Kinh. Tôi biết là tôi đang đi qua cái "cổng hẹp"[2]. Mỗi lần đi gặp các vị Bề Trên về là lòng tôi thêm mòn mỏi. Phải chờ đợi. "Họ không muốn Nhà Dòng phát triển thêm linh mục..." Ngày chịu chức trở nên xa vời, nên tôi chỉ còn biết cầu nguyện. Xin Chúa thôi cho con làm con thuyền bơi ngược sóng.

Mùa chay năm ấy, nhận xong đợt thuốc trị bệnh và quần áo của Hội "Bác Ái" từ Pháp gởi về, nhóm chúng tôi tổ chức lên cao nguyên. Sắp lễ Phục Sinh, các bác trong nhóm bận theo việc Nhà Xứ nên lúc đi chỉ có Lạc Thư, Toàn, Sơn, Quý và tôi. Lạc Thư là chị của Đỗ Quyên, cô bé năng nổ nhất trong nhóm. Hôm ấy, Đỗ Quyên ốm nên ở nhà. Một lần, Đỗ Quyên kể chồng sắp cưới của chị Lạc Thư mất tích hồi 1975 ở mặt trận Quảng Tín. "Chị ấy hát và đàn dương cầm rất hay..." Lạc Thư ít nói, thường chăm chỉ làm việc. Buổi chiều vừa lên đến nơi, các bạn thanh niên rủ nhau tối nay đi xem phim chiếu ngoài bãi. Ai cũng bàn tán về bộ phim "Chiến tranh và Hòa bình". Chờ lâu lắm rồi hôm nay Đội Chiếu Bóng lưu động của tỉnh mới về.

Buổi chiều, một mình, tôi qua thôn Yên Khê ở phía bên kia đồi, mang thuốc đến cho hai người bị bệnh tim nặng. Vừa băng qua chiếc cầu tre, chợt có tiếng gọi.

- Thầy chờ em với.

Thì ra Lạc Thư. Chị đang đi xuống từng bước trên đoạn đường đổ dốc. Giải khăn quàng màu vàng cam làm ấm màu chiều xám. Tôi bâng khuâng nhớ màu của chiếc lá thu. Thuở ấy, tâm hồn như cỏ non, tôi chưa hề biết nhớ một màu áo. Bỗng từ đâu bay về bên suối hai chú vịt trời. Con trống, thong thả uống nước, bộ lông màu lục óng mượt quý phái xen với màu nâu sữa tươi. Con mái đứng im lìm, trông đằm thắm trong chiếc áo màu nâu đậm lấm tấm in hoa cũng màu nâu sữa tươi. Trời đất thật hài hòa, đến màu áo của chim muông cũng cưu mang dấu vết và kỷ niệm của nhau. Lạc Thư vẫn bước từng bước chậm ở đoạn cuối của con dốc. Một cánh tay chị đưa lên như vịn vào gió. Tôi đứng chờ bên cầu, đôi tay thừa thải.

Bận về, đêm đã khuya. Những vì sao núi đẹp lạ lùng trong thứ ánh sáng xanh biếc. Cơn mưa lúc chập tối làm con suối tràn nước qua chiếc cầu tre.

Lạc Thư nhỏ nhẹ:

- Thầy cho em níu nhờ vạt áo của Thầy.

Cả hai chúng tôi đều bật cười sau câu nói . Nước trôi qua chân lạnh ngắt. Bàn tay chị mềm như cánh ngọc lan. Đi bên tôi, chị không còn phải đưa tay vin vào gió. Tôi mơ hồ nhận ra trong tôi thứ im lặng thẳm sâu bắt đầu lên tiếng. Như từng mớ rong tảo đang cuộn lên từ biển sâu.

Qua khỏi chiếc cầu tràn nước lũ, tôi buông tay chị. Thoảng trong gió, nhẹ có tiếng thở dài. Tôi xao xuyến. Lạc Thư rủ tôi lúc lên tới đỉnh đồi hãy ngồi lại ngắm sao. Trời trong như đôi mắt ai vừa khóc.

Trên phiến đá lạnh, tôi ngồi xuống bên chị, nhìn sao. Lạc Thư nhắc bài "Rêverie" (3). Rồi chị hát cho tôi nghe. "Chiều rơi từ nơi nao xa vắng... Biết nhau chiều đó trở về đường cũ rồi biệt ly không ngờ... Người ơi! Về đâu từ khi lá úa? Thấy tinh cầu ngã tưởng là người cũ, là người của mong chờ..." Tiếng hát như cánh hoa rời bay trong gió. Thì ra giấc mơ đời buồn đến như vậy sao? Tôi thấy mình ngô nghê như chàng chăn cừu của Alphonse Daudet (4). Nhưng đêm nay không có vì sao nào nghiêng đầu ngủ quên bên bờ vai tôi. Mà cạnh tôi là một phiến sầu. Đêm đã thấm lạnh. Lạc Thư đứng dậy:

- Thôi mình về !

***

Mẹ tôi thường nói "Vô tri" thì "bất mộ".

Điều ấy khiến tôi không ngớt bị ám ảnh về một câu chuyện xưa. Chuyện kể rằng:

"... Xưa có vị thiền sư tìm đến tu ở một ngọn núi cao, chưa hề có bước chân người. Một hôm xuống suối quảy nước, ông nghe có tiếng trẻ khóc...

Đứa bé lớn lên, hôm sớm cạnh thầy. Mười tám năm sau, với tư chất thông minh, chú thuộc làu kinh kệ. Thầy mừng trong lòng nhưng tâm vẫn chưa thấy an. Ngày nọ, vào tiết lập xuân, thầy bảo người đệ tử hôm nay thầy sẽ đưa con đi xa hơn ngọn núi. Về tới đồng bằng, mỗi nơi đi qua thầy đều giảng giải này đây là cánh đồng. Đám cỏ xanh rì kia gọi là mạ, sẽ được đem ra trồng, lớn lên thành cây lúa. Cây lúa cho hạt lúa. Hạt lúa thành hạt cơm để nuôi người. Còn người là ai? Chú chưa hề trông thấy ai khác ngoài Sư phụ của chú.

Người đệ tử mơ hồ chưa hiểu ra điều thầy nói nhưng vẫn lặng thinh chưa dám hỏi. Lúc đi ngang qua một cánh đồng khác, có người thôn nữ đang cấy mạ. Chú ngạc nhiên đưa mắt nhìn cô gái và hỏi thầy:

- Thưa thầy, đó là cái chi?

- Cái nón.

Về lại sơn cao, vị thiền sư nhận ra tâm tính người học trò mình thay đổi. Chú thẫn thờ, biến nói. Một hôm, sau hồi công phu khuya, thầy gọi chú lên để hỏi căn nguyên. Chú mở lòng bộc bạch cùng thầy:

- Thưa thầy, con nhớ cái nón!"

Mỗi ngày, tôi thấm thía nhận ra mình đang trượt xa dần niềm hy vọng. Như đang có thứ vọng âm nào khác từ bên ngoài cánh cửa đời. Thì ra tôi cũng giống như chú tiểu trong câu chuyện cổ. Sau một tối cầu kinh, tôi đến bộc bạch với mẹ là tôi đang muốn đi tìm cho chính tôi giấc mơ của cuộc đời. Mẹ tôi lẳng lặng vào phòng, không dấu được tiếng thở dài.

***

Cuối cùng em và tôi cũng thành tâm bước qua chiếc cầu giao ước ấy. Tôi mơ kéo được em ra khỏi giấc mơ buồn của cuộc đời, cho tôi trở thành bầu trời xanh của em. Khi em tìm lại nụ cười, lòng tôi như chuông ngân trong bản giao hưởng hạnh phúc.

Năm năm rồi mười năm.

Ngày đặt chân lên xứ sở mới, hành trang tôi mang theo em là Chân Như và trái tim yêu thật thà. Dạo ấy mùa xuân, hoa đào nở đầy. Dọc hai bên xa lộ có loài hoa vàng giống Mimosa. Nơi đây thiên nhiên đẹp mà như bị lãng quên. Trong ngày có ai chú ý đến các sắc màu đổi thay của núi? Hay chỉ có mình tôi, ngồi chờ tiếng chim cu gáy nghe buồn thiết tha trên vòm cây?

Nhịp sống mới bắt đầu. Em và tôi như hai con chim yến làm tổ cheo leo bên vách núi đá thẳng đứng. Sáu giờ sáng em bắt đầu đi làm thì tôi về nhà, thay em để trông con và đưa con đến trường. Sau đó tôi ngủ vùi không mộng mị trong cái nắng ngày chói chang cho đến giờ đi đón Chân Như. Buổi chiều có em về với con là lúc tôi đến hãng. Sao Hôm vẫn chưa mọc. Tan ca khuya tôi không đủ giờ về nhà nên ghé thẳng trạm nhận báo, nằm ngủ ngoài xe. Gần sáng, chiếc xe tải chở đến những chồng báo còn thơm mùi mực. Báo mới về, được phân phát rất nhanh. Khâu cuối của tôi là xếp phần báo của mình để đi giao. Hôm nào trời mưa thì phải bỏ báo vào bao ni lông. Lòng thầm ngán ngao thêm một công đoạn nữa phải làm. Thao tác phải nhanh mới giao kịp hết lượng báo trước khi trời sáng. Nơi đây, đồng nghiệp của tôi phần nhiều là các anh thuộc thành phần H. O. Có những sinh viên đi làm thêm để ban ngày đi học và số còn lại là vài người di dân gốc Mễ Tây Cơ, hai vợ chồng người Đông Âu, hai mẹ con một bà người Ấn.

Buổi đầu tôi cũng được hỏi thăm:

- Chú là H.O. mấy?

Như ông Bân là H.O. 9 tụi này kêu anh Chín, chú Hòa H.O. 4 thì kêu là chú Tư...tụi này kêu nhau riết thành tên. Gọi phôn tới cứ xin gặp anh Năm, anh Tám, các bà vợ chẳng hiểu giáp ất gì ráo trọi.

Chú Ba cười khà khà sau câu nói. Ấy là những buổi tán gẫu trước khi xe chở báo đến.

Ôi lịch sử đôi khi cũng để lại những dấu ấn đau đến quặn lòng!

Thời còn là chủng sinh, tôi rất mê phim Charlot. Hôm nào cha Phục chiếu phim Charlot, kể như hôm ấy là ngày Tết đối với tôi, thằng bé con chỉ mới lên mười. Tôi vẫn còn nhớ tiếng cười ngây thơ trong trẻo của anh em đệ tử chúng tôi. Giờ đây, ở vào tuổi xế chiều, nơi xứ sở mới, tôi bắt tay vào công việc mới với tâm cảm của Charlie

Chaplin. Tôi nghiên cứu địa bàn để làm sao xong công việc nhanh nhất. Nơi cụm chung cư san sát nhau, tôi chỉ cần vác báo chạy bộ. Chạy bộ và ném báo như một cái máy. Chạy bộ và được hít thở thứ không khí trong veo trước bình minh. Để một chút xíu nữa đây thôi, tiếng xe đã ầm ào phía xa lộ. Xứ sở nầy thức dậy cùng với mặt trời như thứ nhựa mùa xuân tràn trề sức sống. Khi tôi về đến nhà, trăng non chếch bóng ở cuối bờ thành. Một vầng mây trắng nhạt viền dáng lưỡi liềm như vết quầng thâm của con mắt thiếu ngủ. Em thức dậy và ngồi lại với tôi được vài phút bên ly cà phê buổi sớm. Tôi không quên đưa cho em tờ báo có phần quảng cáo và phiếu mua hàng giảm giá. Chỉ vài lần đầu thì em vui. Về sau, tôi đọc được nỗi buồn pha chút thất vọng trong đôi mắt em. Khuôn mặt em đẹp quá khiến tôi thắt lòng. Rồi em sẽ hiểu cho tôi. Tôi không còn nhớ lời Thánh Kinh tôi đã thuộc nằm lòng từ nhỏ. " Hãy để ngày mai cho ngày mai lo". Tôi sợ sự túng quẫn. Cho em và con. Mãi mãi tôi muốn mình là bầu trời xanh của em và con.

Với năm tháng, thói quen của công việc biến tôi trở thành kẻ ù lì, ít nói. Mà nói gì nhỉ? Bước vào hãng là cứ nhắm mắt mà hàn cả trăm múi điện. Biết nói chi với những cọng dây xanh xanh đỏ đỏ ấy? Mỗi ngày, tôi còn phải chạy đua với thời gian để đưa tờ báo đến kịp lúc người đọc ngồi trước ly cà phê buổi sáng. Biết nói chi nữa đây với mấy dòng chữ vô tri, xa xỉ ấy? Nỗi thất vọng thoáng trong đôi mắt em như đàn mối khổng lồ đang gặm nát tôi. Sự im lặng mỗi ngày như lớp sương mù đặc quánh ngăn cách em và tôi. Chiều cuối tuần là dịp tôi thường ngồi nhìn đàn chim bồ câu nhẩn nha trên bãi cỏ xanh bên công viên. Trên những bờ cửa sổ cao của dãy chung cư đối diện, các chậu hoa nhiều màu đã được thay thế bằng những bàn đinh nhọn. Để ngăn không cho chim bồ câu đến. Một vài con rón rén ở bệ cửa sổ rồi cũng phải bay đi. Những buổi tối cuối tuần, thoảng từ cửa sổ phòng em, tôi được nghe lại tiếng em hát. Bao giờ em cũng hát về một khung trời cũ, nơi mà nỗi nhớ chẳng bao giờ tàn phai. Tiếng em hát như bão cát quất rát thần trí tôi. Tôi chỉ còn là cánh chim bồ câu lạc loài đang đứng bên bờ trái tim của em.

***

Cứ như thế nhiều năm nhiều tháng, em và tôi là sao Hôm, sao Mai.

Một hôm, bản giao hưởng của tôi không nén được tiếng thở dài.

- Phải chi anh ở lại trong Dòng, còn hay hơn...

Lạc Thư nói bầu trời xanh của tôi chỉ là ảo vọng. Em hối hận vì yêu em mà tôi từ bỏ con đường mẹ tôi đã chọn cho tôi. Em nói với tôi em muốn trở lại đời sống độc thân. Và dường như không cầm được lòng, em buộc miệng;

- Em chỉ muốn sống một mình với Chân Như.

Những lời em vừa thốt ra không khác mũi tên lao đi từ chiếc nõ vô tri. Tôi lảo đảo như cánh chim giữa lưng chừng trời.

Từ ấy không còn ngồi lại với nhau bên ly cà phê buổi sớm. Em và tôi như những con búp bê nhảy trên băng tuyết. Chỉ một vòng giây thiều của số phận, cứ như thế mỗi người có một điệu nhảy của riêng mình. Em như ngại ngùng khi phải đi bên tôi, lúc nào cũng lếch thếch trong bộ cánh của gã đi giao báo. Tôi không còn hăm hở chạy bộ mỗi sớm mai mà đời sống trên vai tôi nặng trĩu như những bao bông gòn sũng nước trên lưng lừa. Khi tôi bước vào nhà là lúc em đi làm. Nói với nhau vài lời dặn dò những việc phải làm trong ngày cho Chân Như. Như cuộc đối thoại giao ca ngắn ngủi giữa hai người bảo mẫu. Rồi em bước vội vàng cho kịp bình minh. Tôi ngồi lại với ánh sáng của ngày đang tỏ dần bên ô cửa.

Ngày của thế gian là giờ khắc đêm của tôi. Tôi là kẻ lội ngược dòng. Của thời gian và hạnh phúc.

Cho đến một hôm, tờ ly thư đến với tôi như chén đắng. Cuối cùng, tôi đã uống chén ấy với nỗi buồn của Chúa Giêsu ở vườn cây dầu.

Thấm thoắt rồi cũng đến tháng tám. Từ sáng sớm, Chân Như đã hân hoan trong chiếc áo cô dâu màu trắng của tuyết, theo sau là các thiên thần nhỏ xúng xính áo, hoa và nụ cười rạng rỡ. Ẩn trong đôi mắt dịu dàng của Thiên Ân là niềm hạnh phúc bình lặng. Còn em, hôm nay em đến trong chiếc áo dài màu xám xanh, lấm tấm kim tuyến màu trắng bạc. Em và tôi chào nhau như hai người bạn cũ, nỗi ngậm ngùi dấu kín. Rồi cả hai cũng tránh nhìn nhau. Em quấn quýt bên con gái, chăm chú sửa cho con từng nếp gấp của khăn và áo cho đến khi tôi đưa con đi từng bước chậm lên bàn thờ lễ. Tiết tấu của bài "The Wedding March" khiến tôi liên tưởng đến một hành khúc. Mà cuộc đời cũng có khác chi trận mạc. Chiều hôm qua, Thiên Ân một mình lên thăm tôi. Một già, một trẻ, nói chuyện mải miết cho đến tận khuya, như hai kẻ gặp nhau lần cuối ở một bến sông. Ngày mai con bước xuống thuyền, còn ta ngồi lại nơi đây cho hết đời mình để chiêm nghiệm.Ngày xưa thầy sống như một người đãng trí. Thầy không đủ sự mẫn cảm để thấu hiểu hết những uẩn khúc trong tâm hồn mẹ của Chân Như. Nỗi lo cơm áo biến thầy trở thành người chồng giản dị đến tẻ nhạt. Ước vọng được làm bầu trời xanh không khác hai miếng da che hai bên mắt con ngựa, cứ như thế thầy bước đi ung dung trên một con đường thẳng. Đến mỗi một việc cùng ngắm sao trời với người mình yêu dấu cũng phải chờ đến một ngày thái hòa. Mà làm sao có được? Thầy đã ngây thơ sống với triết lý chân phương của "gừng cay muối mặn", đã là chồng vợ thì chẳng thể nào lìa nhau...

Nét mặt thầy u trầm như người vừa qua cơn say.

- Mãi đến bây giờ, con biết không, thầy vẫn không sao hiểu hết cõi sâu thẳm trong lòng người nữ. Ngày xưa, thầy ngô nghê chỉ mơ làm cây cao bóng cả của họ, nhưng không, sức chịu đựng của họ bền bỉ hơn ta tưởng, con ạ. Thầy khờ dại lo sợ sự túng quẩn của đời thường nhưng không...

Nói đến đây thầy đưa tay chỉ vào đầu mình:

- Sự túng quẫn ở đây mới đáng sợ con ạ. Có bao giờ con chú ý đến loài hoa đá bên bờ suối không? Cánh hoa màu đỏ li ti, rễ cũng li ti nhưng bám vào đá thì nước lũ có tràn lòng suối cũng không cuốn trôi đi được. Như thế đó con, hoa là họ, mà đá cũng là họ khi mình bị họ khước từ. Do thầy vụng về mà bản giao hưởng của thầy đã lặng câm.

Tiếng thầy cười khan trong đêm có dư vị cay của giọt rượu.

***

Khi cùng Chân Như đi ngang qua hàng ghế đầu tiên, màu áo của em nhắc cho tôi đêm sao trên đồi Yên Khê. Bên cạnh em vẫn là chiếc ghế trống.

Phải chi ngày đó em không nói "cho em níu nhờ vạt áo..."

(2002)

1/ L.M. Nguyễn Thế Thuấn, Tân Ước, trang 66: "... Thuộc về hạng "gieo vào đất đá", là kẻ nghe Lời, thì tức khắc vui mừng lĩnh lấy; nhưng không "có rễ" trong mình, là hạng người nông nổi nhất thời; bách hại hay cấm cách xảy đến vì Lời tức thì nó vấp ngã..."

2/ L. M. Nguyễn Thế Thuấn, Tân Ước, trang 38: "Cổng hẹp: Phải đi vào Nước Trời bằng một lòng cương quyết, bất cứ phải trả bằng giá nào..."

3/ Schumann, Rêverie, lời Việt của Phạm Duy

4/ Alphonse Daudet, Les étoiles

"Tĩnh vật Iris" - Đinh Cường

TRONG KHU VƯỜN CHIM HÓT

Mười một giờ trưa, chuông điện thoại reo.

- Mẹ em đi Casablanca sáng sớm nay. Ông Ash bệnh nặng. Chiều anh qua nhà em, hôm nay giỗ ba em. Khuya em đưa anh ra phi trường.

Giải Ngữ nói xong, cúp máy. Tôi bâng khuâng ngồi bên mớ hành lý còn ngổn ngang. Đã hai mươi tám tết. Về tới quê nhà cũng vừa vặn ba mươi.

Lúc trả tiền cho người lái tắc xi, tôi hẹn ông mười giờ đêm quay lại. Đang tần ngần trước hai cánh cổng khép kín thì có tiếng lách cách ở bên trong. Dì Cầm đón tôi với nụ cười hiền từ của một bà mẹ.

Ngôi nhà ở lưng chừng đồi, sau hàng tùng

xanh ẩn đầy gió. Dọc hai bên lối đi, giữa màu lục non của cỏ và đá cuội trắng, hoa riviera ngát một màu tím xanh. Từ thuở yêu em, tôi đã biết yêu loài hoa này, loài hoa có màu của bầu trời khuya đầy sao. Dì Cầm như đọc được tâm trạng của tôi:

- Thuở xưa ở Huế vườn nhà dì có nhiều hoa violettes. Mùa đông violettes lá vẫn xanh. Hoa lại ẩn trong lá. Tiết mưa lạnh càng làm cho màu hoa càng tím đượm hơn.

Thấp thoáng trong nụ cười của dì Cầm chút u hoài về một màu hoa không bao giờ cũ.

Giải Ngữ kể, mẹ dì Cầm là chị của bà ngoại em. Cha mẹ dì mất sớm. Ông bà ngoại đem dì về nuôi, thương như con gái. Năm mười tám, dì có hứa hôn với người cháu họ xa của ông ngoại. Ngày đất nước chia hai, họ chưa kịp cưới nhau thì bác Lĩnh bặt tăm. Dì ở vậy, phụng dưỡng ông bà. Lúc em ra đời, cũng một tay dì chăm sóc. Bây giờ, trên mảnh đất xa xôi này, dì như chiếc giếng cổ, sâu thẳm, ẩn chứa biết bao tâm sự của mẹ.

- Cháu vào nhà chơi. Giải Ngữ đang sửa soạn bàn thờ, chắc cũng gần xong.

Nhưng đã có em đứng chờ tôi trước thềm. Hai bím tóc đen thả dài, viên hạt trai, sợi dây chuyền trắng in trên nền áo len nhung màu đen cao cổ. Viên ngọc Mikimoto biếc lên màu của biển khơi khi em xoay nhẹ theo chiều ánh sáng. Tôi xao xuyến nhận ra món quà tôi tặng em hôm sinh nhật.

Dạo ấy, mỗi chiều sau giờ học, tôi đến săn sóc ông già Steve. Ông mất cả đôi mắt thời chiến tranh Việt Nam. Mỗi ngày ngoài công việc chính là mang ông đi tắm và dọn cho ông bữa ăn tối, tôi còn phải tả cho ông nghe màu hoa lá chung quanh khu vườn nhà ông.

Rằng "... Sáng nay thức dậy thoảng có mùi hương hoa hồng trong gió... Xin nhìn giúp hoa hồng đang nở là màu gì...".

Và không ngày nào ông không hỏi về sắc lá đỏ của cây maple ở cuối vườn. Hình như mối tình ông dành cho ai đó vẫn nồng ấm như màu của lá cây này. Ông hay nhờ tôi đẩy chiếc xe lăn đến bên cửa sổ, xoay mặt ra với bầu trời chiều. Ông run run đưa bàn tay lên như để đón hơi ấm của những giọt nắng muộn. Khuôn mặt ông trở nên mơ màng và ông thầm thì với chính ông về một điều gì đó...

Giải Ngữ đang cười tươi bỗng thoáng buồn ngang. Em nhận ra hành lý tôi đang xách trên tay.

- Thưa dì, con đã đốt trầm xong.

Lần thứ hai tôi bước vào phòng khách nhà Giải Ngữ.

Hôm đầu tiên là ngày em đưa tôi về giới thiệu với mẹ. Em giống mẹ ở đôi mắt. Đôi mắt lớn một mí có đuôi dài tôi đã nhìn thấy đâu đó trong một bức tranh cổ Nhật Bản. Bà tiếp tôi lịch sự và xa cách. Bà hỏi về mẹ tôi.

- Thưa, mẹ cháu đã qua đời trong chiến tranh.

Bỗng dưng tôi nhận ra trong đôi mắt của bà màu xám tối của biển trước phút giông gió. Từ đó đến khi tôi ra về, bà không nói gì thêm. Chiều hôm ấy có cả dì Cầm. Dì khơi chuyện rất khéo nên bữa cơm đỡ nhạt. Sau đó mẹ em vào nhà trong.

"Tôi đọc được vẻ lo âu trong đôi mắt con gái tôi.

Không như giọng nói có âm sắc cao của người cán bộ đến giao tờ biên bản tịch thu ngôi nhà của chúng tôi, người bạn trai của Giải Ngữ nói tiếng Hà Nội, trầm và ấm. Tôi biết con gái tôi cũng đang mang trái tim say đắm xưa cũ của tôi. Thuở ấy cuối năm, tôi theo đoàn văn nghệ của nhà trường đến tặng quà và hát ở các tiền đồn. Tiết tháng chạp trời lạnh như cắt da. Lúc đoàn sắp về lại thành phố, anh mang đến cho tôi một giò phong lan rừng. Cũng tiếng nói trầm và ấm trong buổi trưa đầy sương mù ở A Sao. Từ ấy, mỗi ngày sau giờ tan học, tôi bước vội về nhà để chờ thư anh. Tôi yêu nhạc Phạm Duy, yêu "Giọt mưa trên lá, cuống quýt dạt dào..."

Phan thường kể cho tôi về thời thơ ấu của anh ở Hà Nội. Anh luôn mang trong tim mình giấc mơ của ngày hồi hương. Anh sẽ đưa em về thăm quê anh. Mùa thu Hà Nội thật tuyệt. Anh yêu vô cùng sương mù trên Hồ Tây. Tôi chưa bao giờ biết Hồ Tây của anh nhưng tôi dưa anh ra thăm dòng sông của tôi. Nhìn từ trên đồi cao phía sau Dòng Thiên An, nước sông Hương lặng yên, xanh ngắt trong nắng sớm, tưởng như chẳng bao giờ con sông trôi. Trông qua dãy núi phía tây, đi dần lên hướng bắc là nơi anh đóng quân. Ngày ấy đối với tôi, màu xanh thẳm của núi mang đầy sự bí ẩn. Chiến tranh siết chặt vòng vây. Ngày không ngớt tiếng bom dội. Đêm không ngớt tiếng đại bác. Tôi sống với trái tim bất an. Đơn vị anh rời A Sao, đi xuôi dần vào Nam. Hai năm sau chúng tôi thành hôn. Giải Ngữ ra đời lúc đơn vị anh đang ở Cổ Thành Quảng Trị ...".

Có lần Giải Ngữ nói:

- Nếu không hết chiến tranh, sẽ chẳng bao giờ em gặp được anh.

Cũng sẽ không bao giờ tôi gặp được em nếu tôi không đến dự buổi trình diễn nhạc thính phòng chiều hôm ấy. Tôi đã tình cờ dừng lại trước cái tên nghe rất lạ trên tấm biển giới thiệu của Phân viện Âm nhạc: "Domi Giải Ngữ". Sao không là "Kathy", "Lindsey" hay "Amy" như tên các cô gái Việt thường chọn mà chỉ đơn giản là "Domi"? Và Giải Ngữ, "con chim biết nói", là tên ông ngoại đặt cho từ thuở lọt lòng.

Ngày ấy, tôi bị cuốn hút bởi những âm thanh đầy biến hóa từ mười ngón tay thoăn thoắt trên phím đàn của em. Tiếng đất trời vần vũ gió mưa, với những tia chớp biếc xanh vạch ngang dọc. Âm thanh cuồng nộ của những cơn đau nhức trong đôi tai tật nguyền của người nhạc sĩ. Rồi bất chợt nhỏ xuống từ mười ngón tay em những tiết tấu cô đơn, sâu thẳm như ánh trăng chiếu qua thảo nguyên.

Cuối buổi diễn, tôi đã đến tìm gặp em. Em, hai bím tóc thả dài trên vai áo trắng, đường ngôi rẽ giữa cân đối trên khuôn mặt thuôn gầy. Ngày ấy, chúng tôi chào nhau ngập ngừng. Và cũng ngày ấy, tôi biết trái tim mình đã rơi vào một cõi khác.

Tôi theo dì Cầm và Giải Ngữ đi qua phòng bên. Giữa nghi ngút khói hương, tôi chú ý đến nụ cười hiền lành và đôi mắt thông minh pha chút hóm hỉnh của người đàn ông trong ảnh. Trên ve cổ áo của ông có thêu hai hoa mai màu trắng. Trung tá là cấp bậc cuối cùng của ông. Khi dì Cầm sửa soạn cúng trà, tôi xin phép dì cho tôi thắp lên ông một nén nhang.

"Ba tôi qua đời ngày ba mươi Tết ở một vùng núi đồi Việt Bắc. Tôi còn nhớ một mùa hè rất xưa, hai mẹ con lấy tàu đi dần lên phía bắc. Cùng đi còn có các bà bạn của mẹ. Sau mấy ngày đêm liền, ngủ gối đầu trên chân mẹ, chúng tôi đến một thành phố lạ. Rồi chuyển qua đi bằng xe. Trên chuyến xe cuối ngày, hành khách chen lấn đến ngạt thở. Xe ì ạch chạy suốt đêm, gần sáng cũng đến nơi. Bến xe vắng hoe nằm sát chân núi. Lúc giở hàng xuống, người tài xế ái ngại nhắc chừng:

- Các bà đi thăm nuôi mà đồ đạc nhiều thế này không lên nổi mấy con dốc đâu. Lại quán nước chè đàng kia mà thuê chiếc xe thồ hàng, rồi các bà cùng đẩy. May ra trưa mới đến nơi. Mà ba giờ chiều là chuyến xe cuối về xuôi đấy!

Đúng như bác tài ấy nói, quanh đây chỉ độc

một cái quán tranh bán nước chè. Ánh đèn tù mù hắt ra từ liếp cửa liêu xiêu, lắc lư theo từng đợt gió. Bên hông quán, vài chiếc xe bò buộc vào nhau bằng sợi dây thừng, khúc đuôi dài nuột vào một gốc cây cụt đầu.

Khi hàng chất lên xe sắp xong, trời đã sáng tỏ. Núi là những vách đá xanh đen, dựng đứng. Mẹ vội vàng vào quán mua năm hào nước sôi, kín đáo đổ vào lon Guigoz đã có sữa đặc với cà phê đen pha sẵn.

Không ai bảo ai, mẹ và các bác cùng nhìn lên con đường dốc cao dài phía trước. Họ im lặng đẩy xe, chia sẻ nhau từng bước chân đau. Những khuôn mặt đỏ au, bỏng rát mồ hôi muối mặn.

Đến khi mặt trời đứng bóng mới đến nơi ba ở. Các bác tuần tự được gọi qua dãy nhà phía bên kia đồi. Mẹ là người sau cùng. Khi lấy đôi quang, gánh mấy thùng thức ăn, thuốc bệnh và quần áo mang cho ba, mẹ nhắc tôi niệm Phật. Niệm Phật để được gặp ba. Đôi chân mẹ gan lì cố bám trên đồi cỏ gai. Mẹ nhắc chừng tôi bước dẫm lên dấu chân của mẹ mà đi.

- Mà nhớ gặp ba là không khóc nghe con.

Mới dặn tôi đừng khóc mà giọng mẹ đã nghẹn…

Cuối cùng, mẹ và tôi cũng được ngồi chờ ba trong dãy nhà trống lốc đầy gió. Buổi trưa có tiếng gà eo óc gáy. Ba tôi đến. Hình như ba đến từ phía khu rừng vừa có tiếng gà.

Trông thấy ba, mẹ níu chặt lấy hai vai tôi. Hai con mắt mẹ nhìn trân phía trước. Ba mẹ tôi im lặng nhìn nhau. Cùng đi với ba còn có một người, rất lặng lẽ. Ông ta lặng lẽ ngồi xuống ở mấy bậc cấp gần đó, quay mặt về phía khu rừng có tiếng gà. Bế tôi trong lòng, ba ngồi đối diện với mẹ, cách nhau một mặt bàn.

Ngày ấy, tôi không hiểu vì sao khuôn mặt ba tôi trắng và xanh đến thế mà da mặt của mẹ lại khô đen?

Lúc mẹ đưa cho ba lon Guigoz đầy ắp cà phê sữa, ba cầm lên nốc cạn. Mẹ cúi xuống gạt nước mắt trong tay áo.

Ba tôi bắt đầu húng hắng ho. Ông nói nhanh con sang ngồi với mẹ. Từ đó, ba tôi úp mặt ho từng cơn dài trong cánh tay áo nâu có một miếng vải đen bạc màu vá dài sau khuỷu tay. Tiếng ho khô, vang, như vọng ra từ buồng ngực rỗng không, như tiếng gió rít trong hang núi sâu hun hút.

Đôi lần ba tôi cố ghìm cơn ho. Nước mắt ông ràn rụa khi ngẩn lên nhìn mẹ. Cho đến khi người đàn ông đứng lên ngoài bậc thềm, ba tôi xoa vội đầu tôi, nhìn mẹ rồi quay đi.

Đứng yên như pho tượng, mẹ tôi không dám cắn vỡ tiếng nấc giữa hai giòng lệ chảy.

Như thế đó mà trên đường về, mẹ tôi khóc như chưa bao giờ được khóc. Hình như mẹ đã quên có tôi bên cạnh. Tiếng mẹ khóc nghe sao mà thảm sầu giống như lần dì Khang khóc chồng chết trận. Tiếng nấc của mẹ rơi xuống trên từng bụi cỏ gai nhuốm nắng chiều. Tôi quay lại nhìn hướng ngọn đồi nơi có ba tôi và tiếng gà trưa. Chỉ một màu sương loảng trong nắng yếu. Rồi sương mù đến thật nhanh. Mẹ thảng thốt níu chặt lấy tay tôi. Bận về nhẹ tênh, thế mà mẹ trượt chân không biết bao lần trên đồi cỏ gai.

Chỉ nửa năm sau lần gặp ấy, ba tôi qua đời. Sau này, các bác, bạn của ba, về kể lại trước lúc mất, ba chỉ thèm được ăn một viên kẹo.

Tin rỉ tai chuyền đi trong lán "Ai có kẹo xin hãy cho một người tù đang hấp hối ở bệnh xá".

Khi viên kẹo đến được trong tay thì ba tôi đã tắt hơi. Vì thế trong mâm cơm giỗ ba chiều cuối năm, mẹ tôi không quên cúng một hộp kẹo. Bao giờ cũng là chiếc hộp gói bằng giấy bạc, thắt dây nơ màu trắng. Khi tuần nhang sắp tàn, mẹ pha trà rồi cẩn thận mở hộp kẹo. Từ mấy mươi năm nay, tôi đã thuộc nằm lòng cách sắp xếp của từng viên chocolate xinh xắn màu nâu óng ấy ...".

Những ghi chép rời Giải Ngữ vừa đưa cho tôi đọc là chiếc chìa khóa. Cánh cửa của định mệnh đã mở tung và hất tôi xuống vực thẳm. Tôi đã hiểu ra khoảng cách vô hình giữa gia đình em và tôi ngay từ buổi gặp đầu tiên.

Bên ngoài vuông cửa sổ rộng, cả một bầu trời chiều mênh mông buồn. Không hiểu vì sao và từ lúc nào, màu nắng vàng trên hàng cây bao giờ cũng khiến lòng tôi vừa xao xuyến, vừa thảng thốt như sắp mất đi một điều gì đó vô cùng yêu dấu.

Trên mảng nắng trải dưới thung xa kia, tôi như nhìn thấy lại bố tôi, người lính Trường Sơn trở về sau chiến tranh, một mảnh đạn còn nằm im trong thân thể. Những hôm sau lũ, bố thường rủ tôi đạp xe về phía con đê. Phơi trên bãi sông không biết cơ man nào là rác rưởi, củi và rễ cây khô. Dưới mắt bố, mỗi nhánh rễ khô cũng có đời riêng của nó.

- Này Duy, con có trông ra đây là hình dáng con nai đang ngước cổ nhìn trăng không?

Hay là:

- Khúc này bố sẽ làm "Cô Tấm đi hội làng". Gớm, cái đầu khúc gỗ này sao trời đất khéo tạc giống hình người chít khăn mỏ quạ thế không biết!

Bố tôi vui ra mặt. Thiên nhiên hào phóng đã mang lại cho ông niềm vui. Mỗi lần như thế, bố tôi thường hát khẽ "... Xuân đã đem mong nhớ trở về..." (*). Giọng ông run khiến chữ "mong nhớ" bị tắc nghẽn lại. Tôi quay sang nhìn bố, chỉ thấy chiếc lưng còng của ông trong tấm áo bông xanh bạc sờn. Gió đông rồi cũng mang đi câu hát. Chỉ còn để lại nỗi mong nhớ cho ông.

Dọc hai bên tường căn hộ bé xíu của bố con chúng tôi, những bức tạo hình ghép bằng rễ cây của bố sắp đầy kín mấy hàng kệ gỗ. Nơi đó là thế giới riêng của bố. Kỷ niệm trong ông vang âm dạt dào như chiếc phong linh. Và trong ông, kỷ niệm cũng là mảnh đạn im lìm, biết trở đau vào mùa nổi gió.

Trong số tranh tạo hình của bố, tôi thích nhất bức "Mẹ và con". Bố chưng bức tranh ấy riêng, trên giá gỗ nâu bóng gần chiếc ghế mây bố thường ngồi đọc sách và uống trà. Tôi còn nhớ đã lâu lắm, bố bỏ cơm suốt gần cả tuần, miệt mài làm nên bức ấy. Sau này lớn lên, tôi mới nhận ra được cái thần của bức tranh. Cũng từ nhánh rễ khô, hình thành một nhân dáng. Người đàn bà cúi xuống đứa con mình đang bế trên tay. Những đường gân li ti của sứa gỗ làm tôi mường tượng ra những nếp nhăn trên tấm áo cũ của mẹ tôi.

Thuở ấy bố đi chiến trường. Ở nhà, tôi làm "cái đuôi" của mẹ. Chiến tranh đối với tôi ngày đó như trong chuyện cổ tích. Từ trong căn hầm trú bom nghe bên ngoài như có cả ngàn vạn chiếc tách vỡ. Rồi cả sấm chớp đánh ngang đầu. Tôi run như con dế trong lòng mẹ tôi. Cho đến một ngày, tôi chỉ còn nhớ tôi khóc thất thanh vì có một vật gì đó rất nặng đè lên người hai mẹ con tôi. Trời đất vần vũ như đang giông tố. Tôi ôm chặt lấy mẹ, gào lên mẹ ơi, nhưng sao lạ lùng thay, đó là lần đầu tiên mẹ không trả lời tôi.

Sau hôm ấy, tôi biết là không bao giờ tôi còn mẹ.

***

Hai ngày sau khi có tin nhắn về anh vừa qua đời, chưa kịp khóc anh, tôi bồng con ra đi.

Xuống chiếc xuồng con lúc trời còn tinh mơ phía sau chợ Rạch Giá, rồi sang qua con cá lớn ở rẻo đất tối mịt mù gần cửa biển. Từ đó đi hơn một ngày, chưa kịp mừng, tàu chưa tới SongKhla thì gặp bão. Con gái tôi nằm thiêm thiếp trên tay chị Cầm. Không còn nước uống. Con tàu như chiếc lá chơi vơi giữa cuồng phong. Chợt một tiếng thất thanh từ bóng đêm tuyệt vọng:

- Tuồng như có tàu... tui thấy đèn.

Giờ đây ánh đèn là niềm hy vọng, là sự sống.

Có tiếng nhao nhao từ dưới hầm tàu:

- Chắc là tàu Mỹ!

- Mỹ, hải tặc gì cũng được... miễn sống...!

- Lạy trời... Nam mô Quan Thế Âm Bồ Tát cứu nạn cứu khổ...!

- Chú Chín, nhá đèn lên cho nó thấy mình đi...!

Giữa giây phút hỗn mang của sự sống và sự chết, đám người từ chiếc tàu cứu tinh kia đổ xuống còn hơn bão biển. Chiếc tàu nhỏ chòng chành sắp chìm.

Vàng!

Dường như đã biết trước, chú Chín hét to:

- Bà con ai có gì thì lo bỏ ra... Tui nói rồi đó nghen...

Hai gã đàn ông nhảy xuống hầm tàu, một tên ném mạnh cái thùng sắt xuống gần chỗ chú Chín ngồi. Mỗi người trên tàu tự động moi ra từ dưới mấy lớp áo chút của nả mang theo, bò hối hả đến thả vào thùng, nhanh như những con gián. Không ai dám ngước mặt lên. Ánh đuốc đỏ rực trên tay gã đàn ông quấn khăn trên đầu khiến mọi người ngạt thở. Chị Cầm nhanh tay đẩy Giải Ngữ về phía tôi, nhẹ giằng lấy cái túi nhỏ nữ trang trong tay tôi rồi lết về phía chiếc thùng sắt. Nhưng không qua mặt được gã quấn khăn. Hắn ra hiệu cho tôi phải giao con lại cho chị Cầm.

Mai sau con gái tôi sẽ hiểu vì sao ông Ash có mặt trong cuộc đời của tôi.

Sau năm ngày neo tàu giữa biển, chúa đảng cho kéo tàu của chú Chín vào gần bờ SongKhla. Gã đàn ông kinh hoàng nhất thế gian không quên nhắc lại y sẽ vào trại tỵ nạn tìm tôi.

Tôi đã sống nửa mê nửa tỉnh như con giun khổ nạn co rúm trên sàn tàu nhầy nhụa, ướt lạnh. Năm lần trăng lên rồi trăng lặn, tôi thiếp đi giữa những cơn đau xé. Mơ hồ đâu đó trên thân thể tôi, nước biển vô tình xát muối thêm vào những vết thương rát buốt.

Giữa hai bờ sinh tử, tôi đi tìm anh. Tôi mơ mình về lại nơi thâm sơn cùng cốc ấy. Đi tìm anh mà vượt ngàn trùng vẫn không sao gặp. Bao giờ cũng chỉ thấy một mặt trời đỏ au đang rơi chầm chậm xuống triền núi. Trùng trùng điệp điệp cây rừng chỉa lên bầu trời màu da cam như những cây chông nhọn. Tôi mơ vừa đưa tay vốc nước lên mặt thì người dẫn đường đã hối hả giục đi. Vờ như không nghe, tôi vục đầu trong dòng nước chiều đã trở lạnh. Khuôn mặt tôi khô sạm vỡ vụn trong bóng suối. Rút chiếc khăn lau vội đầu tóc ướt, chiếc khăn bốc mùi như cơm thiu. Đằng trước, ông lão gầy gò bước đi thoăn thoắt.

Tỉnh giấc mơ, ông lão là tên chúa đảng đang nhìn tôi, nhăn nhở cười. Thì ra hắn đã tạt vào mặt mũi và người tôi thùng nước biển. Lạnh. Mặn chát.

Vào trại, tôi tìm đến văn phòng Cao Ủy. Ash đang làm việc ở đó. Ash, người gốc Ấn, đã trải qua thời tuổi trẻ của mình ở vùng chân núi Hy Mã, thọ giáo với một thiền sư. Sau khi thầy qua đời, Ash xin đến làm việc ở các trại tỵ nạn. Và nếu tên của Ash đồng nghĩa với tro bụi, thì cũng từ tro bụi ấy tôi tái sinh. Một con chim phượng mang đầy vết thương khô.

***

Sau buổi ăn tối, không khí bỗng dưng trầm xuống. Dì Cầm dọn mứt gừng, pha trà mời tôi.

Giải Ngữ đến bên đàn. Lòng tôi ở ngay mắt bão.

Những nốt nhạc đầu tiên, âm thanh đau buốt của cung C Sharp Minor đang nhẹ chạm dần vào từng nỗi đau. Đêm mùa đông mang gió về đầy trời. Gió mang về theo tiếng sóng biển, mang về theo hương trầm quyến luyến bao năm bên chiếc hộp chocolat có thắt dây nơ màu bạc. Bên đàn, em như chim thiên nga đang cúi nhìn bóng mình trên mặt hồ. Dáng em hiền như dáng mẹ đang ôm con trong căn hầm trú bom năm xưa.

Đúng mười giờ đêm, có tiếng chuông gọi cửa, nghe nhẹ như tiếng chuông gió. Người lái tắc xi ban sáng đã quay trở lại.

Hương đêm đẫm mùi cỏ ướt. Giải Ngữ và tôi im lặng bước theo sau dì Cầm, tay em ấm trong tay tôi.

Phải chi những phiến đá xanh cứ trải dài cho em và tôi đi bên nhau suốt trăm năm. Phải chi đêm chẳng bao giờ tàn và sáng mai mặt trời chìm tan trong biển khơi. Sẽ có thêm một lần nào tôi được nắm tay em, đưa em về thăm sương mù trên Hồ Tây?

Tôi cũng sẽ đưa em về lại nơi em chào đời,

nơi có dòng sông nước đã xanh từ thiên cổ. Có bao giờ không em?

Lúc xe xuống tới chân đồi, tôi nhìn lên phía sau, chỉ âm u bóng đêm. Nơi ấy, trong khu vườn quạnh hiu, có con chim đang đứng hót một mình.

(1998)

"Thiếu nữ trong khu vườn chim hót" - Đinh Trường Giang

(*) Cô lái đò, thơ Nguyễn Bính, nhạc Nguyễn Đình Phúc.

(**) Chopin, Nocturne #20 in C sharp minor

NHÂN ẢNH
2025

Liên lạc tác giả:
Email: trinhtien.trankiem@gmail.com

Liên lạc Nhà xuất bản

NHÂN ẢNH
E.mail: han.le3359@gmail.com
(408) 722-5626

www.ingramcontent.com/pod-product-compliance
Lightning Source LLC
LaVergne TN
LVHW020203061026
849530LV00007B/66
9798348580292